இப்படிக்கு இதயம்

அ.சதீஸ்குமார்

புக் வெஞ்சர்ஸ்

இப்படிக்கு இதயம்
ஆசிரியர் © அ. சதிஸ்குமார்
முதற்பதிப்பு 2021
பக்கங்கள் 146

Published by Book Benchers 2021

ISBN 978-93-5533-171-7

ThebookBenchers@gmail.com
Contact 9944992571

Affliateded By
Aelay Publish
www.aelaypublish.com

தொகுப்பாசிரியர் பற்றி......

அ.சதிஸ்குமார், என்ற இயற்பெயர் கொண்ட இவர் தற்போது கலை இலக்கிய இதழ்களில் ஆதிஅவந்தி என்ற புனைபெயரில் எழுதி வருகிறார்.
இவர் விராலிமலை அருகில் உள்ள செரளப்பட்டி என்ற கிராமத்தில் பிறந்தவர்.
தற்போது திருச்சிராப்பள்ளியில் உள்ள ஸ்ரீமத் ஆண்டவன் கலை மற்றும் அறிவியல் கல்லூரியில் தமிழ் உதவிப்பேராசிரியராக பணியாற்றி வருகிறார்.
கருத்தரங்கம், கவியரங்கம், பட்டிமன்றம் ஆகிய இலக்கிய நிகழ்வுகளை ஒருங்கிணைத்துள்ளார்.
கவிதை மற்றும் புனைவு இலக்கியங்கள் படைத்து வரும் இவர் கவிமுகில், காளிதாசர் ஆகிய இலக்கிய விருதுகளைப் பெற்றுள்ளார்.

அணிந்துரை

இரண்டாயிரத்துப் பன்னிரண்டில் எங்களுக்குள் அரும்பிய நட்பு இன்றும் சற்றும் குறையாமல் நடை போடுகிறது. கரும்பனைய நட்பென மரபு மொழியில் சொன்னால் அது சடங்குத் தொடராகி விடுமென அச்சப்படுகிறேன். இருப்பினும் சொல்கிறேன் ஆழமான தோழமைக்குரியவர்கள் நாங்கள். கல்விப் புலத்தைத் தாண்டியும் எங்களுக்குள் உரையாடுவதற்குப் பலவிருப்பதால் நட்பென்னும் சங்கிலி வெட்டுப்படாமல் தொடர்வதாகவே கருதுகிறேன். படிக்கும் காலத்திலும் சரி... இன்று பேராசிரியராய்ப் பணியாற்றும் காலத்திலும் சரி... புறத்தில் அறியாப் பிள்ளையாய்க் காட்சி தரினும் அகத்தில் பல அறிதலும் தெளிதலும் உண்டு என்பதை என்னைப்போல் தொகுப்பாசிரியரை நெருங்கிப் பார்த்தவர்கள் நன்கு அறிவர்.

பொதுவாகத் தொகுப்பு நூல்களின் மீது எனக்குச் சற்று ஒவ்வாமை இருப்பினும் காலப் பெருவெளியில் கவிதைத்தொகுப்பின் தேவையை உணர்ந்தே இருக்கிறேன். கவிதை என்பது 'மொழிக்குள் ஊடாடும் வேறொரு மொழி' என்று கவிதையிற் சிறந்த கவிகள் உரைப்பர். ஊடாடும் வேறொரு மொழியில் மின்னல் கீற்றுகள் வெளிச்சமிடும். சிலரின் பல கவிதைகளிலோ பலரின் சில கவிதைகளிலோ ஒளிக்கீற்றுகள் உண்டாகாமல் இரா. வெளிச்சம் நம்மை அகலாமல் இருக்க கவிதைகளைத் தொகுத்து வைப்பது காலத்தின் கட்டாயம்.

இந்தத் தொகுப்பை என்னளவில் வாஞ்சையுடன் வரவேற்கிறேன்!! 'தொகுப்பாசிரியர் திரு அ.சதிஸ்குமார்

அவர்கள் அரிதின் முயன்று கவித்தொகுப்பைக் கொணர்ந்திருக்கிறார்' என்ற தொடரில் உண்மை நிறைந்திருப்பதை கவிதைகளை எழுத்தெண்ணிப் படிப்பவர்கள் உணர்வர். 'கைக்குக் கிட்டியதெல்லாம் கவிதை' எனத் தொகுக்காமல் கொள்வன கொண்டு தள்வன தள்ளியிருக்கிறார் ஆசிரியர். உள்நாட்டுக் கவிதைகள் மட்டுமின்றி அயல்நாட்டுக் கவிதைகளையும் தொகுத்த ஆசிரியரைப் பாராட்டாமல் இருக்க முடியாது. பெரிய கவிதைகளும் சிறிய கவிதைகளும் தொகுப்பில் பின்னிப் பிணைந்துள்ளன. நீங்கா நினைவு(முதல் கவிதை)களில் தொடங்கி இப்படிக்கு இதயத்தில்(இறுதிக் கவிதை) முடிகிறது இந்தத் தொகுப்பு நம் இதயத்தில் நீங்கா இடம்பிடிப்பது உறுதி.

கவிஞர்கள் இதயத்தோடு உறவாடுபவர்கள் என்பது இத்தொகுப்பின் மூலம் நிரூபணம் ஆகி இருக்கிறது. இத்தொகுப்பில் இதயம் பேசுகிறது; விசும்புகிறது; கசிகிறது; இறுக்கம் கொள்கிறது. இதயத்தின் மொழியை கவிதையின் வரிகளில் கேட்கலாம்

அன்பு, காதல், சமூகம், தோழமை, இசை, நிலா, பயணம் போன்ற பலவும் கவிதைப் பொருண்மையாகியுள்ளன. தொகுப்பில் பரிமாணங்கள் பல காணலாம். அப்பாவை அற்புதமாக்கியமை; அண்ணனை அபூர்வமாக்கியமை; கவிதையைப் புலம்பலாகத் தந்தமை; மூளைக்குச் சிந்தனக்காரன் என்ற சொற்தந்தமை சிறப்பிற்குரியது. முள்ளும் ஒருநாள் மலரும்; புலராத காலை; தனிமை ஒரு வரம்; நான் ஒரு மரம் என்ற கவித் தலைப்புகளின் கவித்துவம் நம்மை ரசிக்க வைக்கிறது. 'ஏதிலி' என்னும் கவிதை புலம்பெயர்ந்தோரின் வலியைக் கடத்துகிறது.

கவிஞர்கள் கவிதையின் உள்ளடக்கத்திற்குச் செலுத்திய சிரத்தையை வடிவத்திற்கும் வெளிப்பாட்டிற்கும் செலுத்தினால் கவி இன்னும் சிறக்கும். ஒற்றைக் கவிதையினையும் அல்லது சில கவிதைகளையும் நூலாக ஆக்க முடியாது என்ற ஏக்கத்தை தொகுப்பின் மூலம் தீர்த்திருக்கிற தொகுப்பாசிரியர்க்கு வாழ்த்துகள் பல.

பேராசிரியர் து.பிரபாகரன்,
இலக்கிய விமர்சகர்,
ஜமால் முகம்மது கல்லூரி,
திருச்சி.

கடைசிப் பயணம்

சருகுகள் நிறைந்து பரவியிருக்கிறது
அதனோடு பனித்துளி
கூடல் கொள்கிறது!

நிசப்தங்கள் நிறைந்த
இந்த வண்டி பாதையின்
வரலாறுகள்
சாம்பல் கொண்டே
வரையப்பட்டு இருக்கிறது!

கழுகுகளின் அலறலும்
நரிகளின் ஊளையும்
என் செருப்புகளின்
இரைச்சலை
கரைத்துவிடுகிறது!

அழுகையின் ஆலாபனையும்
அதனோடு
கரம் கோர்த்துக் கொள்கிறது!

மலர்களின் தூவல்களில்
கேளிக்கை வாசம் அடிக்கிறது!
நெருப்பின் உயிர்ப்பில்
நிம்மதி உறக்கம் தேடுகிறது!

இந்த ஒரு வழிச்சாலையின்
தொடர்வண்டி
கனத்த பாரத்தோடு
நீண்டுகொண்டே இருக்கிறது.

ஆதிஅவந்தி
(அ.சதிஸ்குமார்)

நீங்கா நினைவுகள்

சத்தம் இல்லா அறைக்குள்
இன்பம் இன்னலும் அலை அடிக்கும் நேரம்
பல நிகழ்வுகள் நினைவுகளாய் மாறும்
உணர்வுகள் ஆயுதமாகி
உடல் போர்களமாகி
போர் நடத்தும் புது அனுபவம்
யாரிடம் சொல்வது

முதல் முறை இருட்டு அறை
நில ஒளியாய் தெரிந்தது
ஜன்னல் கடந்து வந்த காற்று
என்னை தீண்ட முடியாமல்
திகைத்து நின்றது!

அவனிருந்த நெருக்கத்தைக் கண்டு
கட்டில்மேலே
ஒவ்வொன்றாய் களவுபோக
ஆடை நழுவ தொடங்கியது
அங்கம் ஒளிர தொடங்கியது
வார்த்தைகளெல்லாம் வலுவிழந்தன
இதழ்களின் இடமாற்றத்தால்
என்மூச்சும்
அவன்மூச்சும்
பெருமூச்சாய் ஆனது

அவன் விரல்கள்
என்னை
மெல்ல மெல்ல பதம் பார்க்க...
தாகம் தணிந்தது

தேகம் நனைந்தது
கப்பல் கவிழ்ந்தது
இந்த காம ஓடையில்...

உடல் சூடேற
உள்ளம் தடம் மாற
மேகங்கள் இல்லாமல்
காமத்தால்
தேகமெல்லாம்
நீர் துளிகள் தேங்கின

உயிரில்லா பொருளெல்லாம்
அறைக்குள்ளே
உரையாட தொடங்கியது
அவனாக
நான் இருக்கக் கூடாதா என்று

ஆனால்,
அவன் பிடியின் அழுத்தம்
மெல்ல மெல்ல குறைந்து விட்டது
நேரம் கடக்க கடக்க
உடல் களைத்துவிட்டது-
காம அலை ஓய்ந்து விட்டது
கடிகார முள்ளெல்லாம்
என் நேரத்தை களவாடி சென்று விட்டது
யாரிடம் சொல்வது....

இன்று இரவுகூட
அதே கட்டிலும் மெத்தையும்
தேகங்கள் சுமக்க காத்திருக்கிறது
ஜன்னல் கடந்த காற்றும்
என்னை தீண்ட காத்திருக்கிறது

கட்டிய ஆடை நழுவ காத்திருக்கிறது
அதே மோகமும் காமமும்
கட்டளையிட காத்திருக்கிறது
இன்னும் பல... காத்திருக்கிறது

ஆனால்,
என் இறந்த கணவனை தவிர
யாரிடம் சொல்வது...
இறந்தகால நினைவுகளெல்லாம்
எதிர்கால கனவுகளாய்
இதயத்தின் பக்கங்களில் இளைப்பாருகிறது என்று.

பொ. அரவாயி

அவளுக்கும் மன(ண)ம் உண்டு

எனக்கும் மனம் உண்டு
அதை காணா ஜடம் உண்டு
உணர்வில்லா பாவையாக
எனக்குள்ளே நான் அழுக!
கனவில்லா தேசத்தில்
காவியம் படைக்கிறேன் கேளுங்கள்...

திசையில்லா பறவையாய் திரிந்து
வறுமையை வாழ்விடமாக கொண்டேன்
விதியின் வசத்தால்
என் வாழ்க்கை துயரத்தால்
சூழ்ந்ததென்ன!

முகம் பார்க்கும் கண்ணாடி
என் முன்னே நிற்கையிலே
என் இருவிழியும் வற்றா நதியாய்
அலையில்லா கடலாய்
ஆனதென்ன!

பாதை தடம் மாறி
கோதைமகள் தாசியாய்
போனதென்ன!

எல்லா இரவும்
திரியில்லா விளக்காய்
ஒளிராமல் வாழ்வதென்ன!

யாருக்கு தெரியும்
இந்த அல்லி மலரின் அறியா பக்கங்கள்
ஆம்,
என் உடலோ முதலீடு
அதில் உணர்வே விலைபொருள்.
நிதம் ஒரு கணவனுக்காக
கால்கடுக்க நிற்கிறேன்

வெறிச்சோடிய சாலையில்
வழிமேல் விழிவைத்து
இந்த உறவின் ஆரம்பம் இரவு
இதன் முடிவு விடியல்!!!...
நான் மாதவியாய் ஆனாலும்
அவனுக்கு இரவில் மட்டும்
கண்ணகியாய் வாழ்ந்ததென்ன!!
இது சொல்லமுடியா உறவு
இது சொல்ல முடியா உணர்வு
ஆனால்...
விதி செய்த கோலம்
ஐயோ ! ஐயோ!
வீதியுலா கூட்டி செல்ல
அவன் கோவலனாக முடியாது
அவன் பிள்ளைக்கு தாயாகவும் முடியாது
இந்த விடை காணா வினாவிற்கு
தனியே நிற்க வேண்டும்
தரிசு நிலமாய் நிற்க வேண்டும்
இத்துனை பவுசும் பகுமானமும்
முதுமை எட்டாமல் இருக்கும் வரை
ஆம், எட்டிவிட்டால் !!!!
பிறர் தீண்டா உடலாக
ஆளில்லா பிணமாக
வீதியிலே வீசப்பட்ட
வீண் பொருளாய் நான் இருப்பேன்
என் மனமும் ஏங்குதே!!
என் மனமும் ஏங்குதே!!
எனக்கு மணம் உண்டா?
திருமணம் உண்டா? என்று......

பொ.அரவாயி

சிசுவின் கதறல்

பாவிமகளே.......பாவிமகளே
முக்கி தக்கி பெத்துப்போட்ட
என் மொகத்த பாக்கனும்னு தோணலையா
என் மேனியில ஒட்டியிருந்த
பச்ச ரத்தம் காயலயே
என்ன பரிதவிக்க விட்டுபுட்ட
உனக்கு பாவமா தெரியலையா
பத்தாம் மாசம் எப்ப முடியும்னு தேதியதான் கிழிச்சு வந்த
என்ன தவிக்க விட்டு போறதுக்கா
தாலாட்டி சீராட்டி தங்க தொட்டிஆட்டிவிட்டு
தூங்க வைக்க நெனைகலயா
இல்ல மாரோடு அனச்சு
முத்தம் ஒன்னு வைக்கணும்னு
கனவு ஒன்னும் காணலையா
ஆத்தா அரவணப்பு கதகதப்பா இருக்குமுன்னு
கருவா இருக்கையில காதோரம் சொன்னில
சிறுக்கிமக,. ஏக்கத்தில கிடக்குரேனே
கதகதப்ப காணனும்னு
என் கதறல் சத்தம் உனக்கு கேக்கலையா
அம்மாவ முழுங்கிருச்சான்
இத ஊருசனம் சொல்லுதம்மா
உனக்கு உள்ளுக்குள்ள ஒரைகலயா
ஊரே அழுகுதம்மா
ஒப்புக்கு ஒன்ன வச்சு ஒப்பாரி பாடுதம்மா
ஆனா, என் மூச்சு நிக்கும் வர
நீ இல்லா துக்கந்தானே
அதுஉனக்கு புரியலயா
ஒன்ன பாடையில ஏத்துராங்க ஐயோ
மூச்சு முட்ட கத்துறேனே

உன் காதுக்குள்ள கேக்கலையா அம்மா
அங்கமெல்லாம் பால் வடிய
உன் கோடித்துணி நனையுதம்மா
பசியால கத்துறேனே
உனக்கு பாலூட்ட தோணலையா
நீ சுத்தி வந்த ஊருதானே
நாலு பேரு தூக்குராணு சொகுசா ஊர்வலம் போறியோ
என்ன தூக்க நாதியில்ல
மூலையில கிடக்குறேனே
உனக்கு தூக்கணும்னு தோணலையா
ஐயோ சுடுகாடு வந்துருமே
இப்ப கூட உனக்கு திரும்பி வர தோணலையா
தேகத்த தீ மூட்ட வருங்கால பிணமெல்லாம்
உன்ன சுத்தி நிக்கிதம்மா
இறுதி சடங்கு எல்லாம்
இறுதிக்கு வந்துருச்சு ஐயோ!
எழுந்து வந்துருமா எழுந்து வந்துருமா
சிறுக்கி மக ...
அழுக தந்தி ஒன்ன வந்து சேரலையா
பச்ச உடம்புக்காரி
சூட்ட தாங்க மாட்ட
கடைசியா சொல்லுறேமா
சீக்கிரம் வந்துருமா சீக்கிரம் வந்துருமா
பாவி மக வாயில பால் வாக்க வந்துருமா
பசியால கண்ண கட்டி தொண்ட தண்ணி வத்திபோயி
ஊருசனம் ஏசுறது
என்ன உறைய வைக்க போகுதம்மா
எழுந்து வந்துருமா எழுந்து வந்துருமா...........

பொ. அரவாயி

அவளும் தோற்றமும்

பார்க்க தீண்டா தேவமங்கை
பருவம் சுமந்த ஒரு பழைய நிலா
கொஞ்சம் பக்கம் பார்த்தேன்
பாவையின் கோலத்தை
அவள் உரிமட்டை மயிர்கள் எல்லாம்
தென்றலில் உலர்ந்து கொண்டிருக்கிறது

பூங்கிளி நெற்றியோ
வாடிப்போய் தெரிந்தது
புதைந்த இரு விழிகளை
புருவங்கள் இரண்டும்
மறைத்து வைத்தது
கண்ணீரின் ஆவணத்தை
அவள் கன்னத்தில் கண்டெடுத்தேன்
காணல் ஓடையாய்
நாசித்துளையிடையில்
பெருமூச்சு புயல் அடிக்க
அந்த கனி இதழ் ரெண்டும்
வறண்டு போனது

ஆனால்,
அவள் கழுத்து பள்ளத்தாக்கில்
அந்த பாலைவன பறவை எல்லாம்
நீர் அருந்தி போகிறது
பருவகால மாற்றம் என்று நினைத்து
பாவையின் பஞ்சுமேனிக்குள்
நீர் நுழைந்து விட்டதுபோல்
எல்லாம் ஒட்டியிருந்தது
ஆம், உப்பில்லா கடலாய்

அவள் வயிறோ வற்றிப் போயிருந்தது
ஆனால் எலும்பு மேடுகள் மட்டும்
மேட்டுமையில் நின்றது
மேகங்களை தொடுவது போல்
சற்று சாரல் மழை பெய்ய
அவள் மேலிருந்த
சகதி சாயம் எல்லாம் கரைந்தது
அவள் எடையோ பாதியாய் குறைந்தது
ஒதுங்க இடம்தேடி
களைத்த நடையில்
கனிந்த பழமாய் அவையோர் கண்ணுக்கு
அவள் அங்கம் விருந்தாக
நாறும் தோலுமாய் கிழிந்த ஆடையின்னுள்
ஒளிந்து வந்தாள்
இந்த பாவையின் பாவனையே
என் கனிந்த இதயத்தை
கனத்த இதயமாய் மாற்றியது
வறுமைக்குள் சிறை கொண்டு
அவள் இருக்க!
விடுதலை கிடைக்குமெனில்
இந்த வையகத்தில்
மானுடப் பிறவி வாழ்ந்திடுமே!

பொ.அரவாயி

இசை

வழி தெரியாமல்
விழி பிதுங்கி
வலிகளோடு நிற்கையில் கூட
நித்திரையின் நிசப்தம் காட்டுவது
இந்த இசை தான்
கால ஓட்டத்தில்
கண்ணீர் துடைக்க
கண்ணாளன் இருப்பினும்
இசையின் கைகளில்
தவழ்ந்து செல்கையில்
சேர்த்து வைத்த
புண்ணியங்கள் எல்லாம்
செவி வழியே
சொர்கத்தை காண்பிக்கும்
காதலோ காமமோ
அழுகையோ ஆவேசமோ
உணர்வுகளோ உணர்ச்சிகளோ
எல்லாவற்றிற்கும்
இவளிடம்
இருப்பு இருக்கிறதே என்று
இவளை கண்டு வியக்கவா
இல்லை
விடை காண முடியா வினாவாய்
இவளோடே கலக்கவா.

ரா. ஐஸ்வர்யா

நான் உன்னை காதலிக்கிறேன்

தினம் தினம்
தித்திக்க பேசினாலும்
திடீர் திடீர் என்று
திடமான சண்டையோடு தான்
சல்லாபங்கள் சிதையும்

பல நேர காத்திருப்பும்
சில நேர கடமைகளும்
காதலிக்க காலம்
கொடுக்காமல்
கருணை கொலை செய்யும்

குறுகுறுவென யார்
கண்காணித்தாலும்
குறுஞ்செய்தி அனுப்புகிற கலை
அவளுக்கே உரியது
சிதைந்து போய்
உட்கார்ந்திருந்தாலும்
சிறு இடைவெளியிலும்
இணையம் சென்று
இணையிடம் பேசுகிற
பக்குவம் அவனுக்கே உரியது

சாதாரண சந்திப்புகளுக்கே
சதா காரணம்
தேடிக் கொண்டிருக்கையில்
இன்று
அவனின் கண்களை பார்ப்பதற்கு
காரணம் தேடும்

காரிகையின் மனது
மடிக்கணினியின் தேடுதலையே
சற்று மயக்கம்
போடத் தான் வைக்கும்

தினமும் பெட்டிக்கடையில்
பொட்டுக்கடலை கொடுத்த
பொன்ராசு அண்ணனும்
சற்று
ஏற இறங்கத் தான் பார்ப்பார்
சில இனிப்புகள் வாங்குகையில்

வீட்டிலிருந்து அலங்காரம்
அழுக்காகமல் கிளம்பி
மகிழ்வுந்து கண்ணாடிகளில்
அவளை அவளே
கண்டு கண்சிமிட்டி
சாலையைக் கடந்து
முயல் குட்டிப் போல் சென்றாள்
கண்ணாலனை காண

மொத்தமாய் கொண்டு வந்த
பூக்களை கிடத்தி
இனிப்புகளை இடம்பெயர்தி
இரு கண்களிலும்
கண்ணீர் பூக்க சொன்னாள்
நான் உன்னை காதலிக்கிறேன்
என்று
அவன் கல்லறையை நோக்கி.

ரா. ஐஸ்வர்யா

அன்பு

வில்லைக் கொண்டு
போரிட முயல்கையில்
உள்ளம் சொல்லியது
ஒரு உன்னதத்தை

கத்தியும் வாளும்
பின்னே விழுந்தது
கத்தியும் கத்தியும்
பயனேதும் இல்லை
கண்கள் வழியே
கவி அனுப்பா விடினும்
கருணையாவது இருக்கட்டும்

தாயின் அரவணைப்பில்
அழகாக மலர்ந்த சொல்
குத்துகின்ற கொலைகாரனுக்கும்
ஓரமாய் குத்துகின்ற
குதர்க்கமான உணர்வு
கூரிய வாளையும்
கூச வைக்கும்
கூச்சமில்லா கூப்பாடு

வேல் கொண்டு நிற்கையில்
வேடிக்கை
பார்க்க விடாது
வேசியாய் இருப்பினும்
வேருக்குள்ளே வேரறுக்கும் சொல்

அன்பு...
தொட்டிலாய் இருப்பினும்
கட்டிலாய் இருப்பினும்

காதலாய் இருப்பினும்
காரிகையாய் இருப்பினும்
நின்று வெல்ல
நிசப்தமாய் நிற்கும்

மறக்கவும் மரிக்கவும்
தரிக்கவும் தரிசிக்கவும்
தவிக்கவும் தப்பிக்கவும்
சொல்லவும் வெல்லவும்
அன்பு மட்டுமே நிரந்தரம்.

ரா. ஐஸ்வர்யா

காதல் கனவே கலையாதே

உயிருள்ளவரை உனக்காக இருப்பேன்
உயிர் மூச்சாக சுவாசிப்பேன்
இது உன்னத வார்த்தைகள் தானா.
உண்மை காதல் வாதாடியது
போலிப் பார்வை பின்வாங்கியது
விதியின் விளையாட்டிற்கு
காதல் பலியாகி நிற்பது ஒன்றும்
விதிவிலக்கல்லவே
காற்று கைவிசியது
காதல் கதை பேசியது
இதயம் இடம் மாறியது
வாழ்க்கை தடம்மாறியது
குறையென்று ஏதுமில்லை
அப்புதைகுழிக்குள் கண்களுக்கு
இனி வேலையில்லை
விருப்பமில்லாமல் போகவில்லை
விரும்பி ஒன்றும் வாழவில்லை!

பா.கவுசிகா(பார்கவி)

நிலா காதலி

உன்னை காணா!
என் இரா வினாடிகள் அத்தனையும்
முற்றத்திலேயே முடங்கி முடிகிறது
உன் அத்துணை குளிரையும்
என் அடி முதல் நுனிவரை
வாங்கிக்கொள்வதில் எனக்கொரு அற்ப ஆசை
நீ எத்தனை தொலைவில் இருந்தாலும்
என்றும் என் துணையாக கொள்கிறேன்!
உன்னைத் தொலைத்து என்னை வருத்துவதில்
உனக்கென்ன அவ்வளவு ஆர்வம்
இருந்தும் வருந்தி வருந்தி இரசிக்கிறேன்
நீ வராத நாட்களையும்
ஏ வெள்ளை நிலவே
நீயும் கொள்ளை அழகி தான்!

ம.பிரியங்வதா மல்ஷிகா ஏப்ரஹாம்

சிறை

கண்கள் மூட மறுப்பதேன்
கனம்தான் மனதில் நிறைவதேன்
குற்றம் ஏதோ செய்ததுபோல்
கூனிக் குறுகிப் போவதேன்
மனதில் வேராய்ப் பதிந்திட்ட
முதிர்ச்சி நிறைந்த ஓவியங்கள்
முற்றிலும் வடிவம் பெறவில்லை
முழுதாய் ஏனோ மிளிரவில்லை
சிறுமை குணத்தார் சதியாலே
சிங்கப் பெண்ணும் மடிந்திட்டேன்
சுடுஞ்சொல் பலவும் பாய்ந்திடவே
சுக்கு நூறாய் உடைந்திட்டேன்
உயரே பறந்து சிறகடிக்க உள்ளம்
வீறு கொள்கையிலே
ஊன மனத்தார்
முன்வந்து ஊறு பலவே விளைவித்தார்
தடைகள் கடந்து மேலெழுந்து
தமிழ்மணம் பரவச் செய்கையிலே
துச்சர் பலரும் கூடிநின்று
துன்பம் தந்து மகிழ்ந்திட்டார்
நிலைத்து நிற்கும் கல்விதனை
நிறைவாய்ப் பெறவே முயலுகையில்
நஞ்சம் தூவி தாய்மனதை
நீறு பூக்கச் செய்திட்டார்
விரும்பிய தொழிலும் அமையுமென
வீதி எங்கும் விரைந்திடவே
வேண்டாம் உனக்கு அதுவெல்லாம்

வீடே கதியாய் இருவென்றார்
சமையல் கூடம் சிறையாக
சுணங்கி நாளும் வாழுகின்றேன்
சுமையை இனிதே இறக்கிடவே
சொல்வீர் வழியும் உலகோரே.

உமாதேவி வீராசாமி மலேசியா

பிரிந்தவர் மீண்டும் சேர்ந்திடும் போது

வார்த்தைகள் வாய்ப்பிழக்கும்
மௌனம் மொழியாகும்
கடிகாரம் கொஞ்சிக் கொஞ்சி நகரும்
விட்டுப்போன கண்ணிகளை விரல் தொடுக்கும்
முழுதாய் முகம் மலர கண்கள் காத்திருக்கும்
தொலைத்த நிமிடத்தை தோண்டி எடுக்கும்
வலிகளை கொள்ளைக்கு அனுப்ப
சமரசம் சிம்மாசனம் அமைக்கும்
சிதறிய துவலைகளில் முளைவிடும் மொத்தமும்
வனங்கள் பூங்காக்களின் பதாகைகளை பறைசாற்றும்
தொலைத்த நொடிகளைத்
தேடிக் கொணர்ந்திட கடிகாரம்
பின்நோக்கி கொஞ்சிக் கொஞ்சி நகரும்
என்றோ எப்போதோ முரண்பட்ட வேளைகளை
மூளைச் சலவைக்கு முழுதாய் அனுப்பிடுவோம்
உன் நாற்காலிகள் உடைக்கப்படும் எனக்காக
மனதோடு மன்றாடும் அழகான உடல் அது

முனைவர் பி.அனுராதா

என்ன ஆனது எனக்கு

என்ன ஆனது எனக்கு
பேருந்து சென்ற பின்பும் நிறுத்தத்தில் காத்திருக்கிறேன்
அவள் சூடி உதிர்ந்த மலர்களை நாடி எடுத்து நுகர்கிறேன்
தினம் வாடி ஒலிக்கும் பாடலைத் தேடிப் பிடித்துக்
கேட்கிறேன்
அகம் உறங்கும் கவலை மற(றை)க்கவே
போலி சிரிப்பு சிரிக்கிறேன்
என்ன ஆனது எனக்கு
குடையைக் கையில் பிடித்து மழையில் நனைகிறேன்
உணவை அருகில் வைத்து பட்டினி கிடக்கிறேன்
முகம் பார்க்கும் கண்ணாடியை மூலையில் கிடத்தி
விட்டேன்
நிகம் கடித்தே நிஜம் தொலைக்கிறேன்
நீ இன்றி வாழ மறுக்கிறேன்
என்ன ஆனது எனக்கு

சு.ராஜா

எனக்கான பாதை

நான் ஒரு படிக்க முடியாத புத்தகம்
என்னுள் ஏராள பக்கங்கள்
சில பக்கங்கள் கசங்கி உள்ளது
சில பக்கங்களுக்கு விடை கிடையாது
சில பக்கங்கள்
எவ்வளவு முயன்றாலும் புரியாது
சில பக்கங்கள் கிழிந்து
காணாமலே போய் விட்டது
அதனால் தான்
அதோ தெரிகிறதே
அது தான்
நான் செல்லப் போகும் பாதை
கருமேகம் சூழ்ந்துள்ளது
கழுகுகள் அலறுகிறது
பசுமை ஒளிந்து பட்சி வசமாகிவிட்டது
எங்கு நோக்கினாலும் உயிரில்லா உடல்கள்
ஆம் அதுதான் எனக்கான பாதை.

சு.ராஜா

நான்

நான் ஒரு!
துளையில்லா புல்லாங்குழல்
கலையிழந்த வான் முகில்.
மை வற்றிய பேனா
நாண் அறுந்த வீணை
குரலற்ற பூங்குயில்
சிறகற்ற ஆண்மயில்.
நீரற்ற வாழைமரம்
வேரற்ற ஆலமரம்
மணல் இல்லா பாலைவனம்
கனல் சிந்தும் சோலைவனம்.
வண்ணம் உதிர்ந்த ஓவியம்
எண்ணம் மரித்த காவியம்.
முத்தமில்லா காதல்
சத்தமில்லா இரவு.
புனலற்ற கடல்
புலனற்ற மடல்.
துடுப்பிழந்த மிதவை
துடிப்பிழந்த இதயம்.
உயிரற்ற உடல்
உடலற்ற ஆன்மா.

சு.ராஜா

முள்ளும் ஒரு நாள் மலரும்

எங்கள் கையும்
அன்றே உயரும்
சொல்லின் வடிவம்
நன்றாய் புரளும்.

கல்லும் ஊறி
தாகம் தீர்க்கும்
வில்லும் வளையா
நேரே பறக்கும்.

பாதை எங்கும்
பசுமை மலரும்
மேதை வாக்கை
உலகம் கேட்கும்.

போதை தீயை
அறவே ஒழிக்கும்
காதில் தேனிசை
நன்றே கேட்கும்.

புல்லும் மலர்ந்து
புதுமணம் வீசும்.
புள்ளும் பறந்து
சுதந்திரம் பாடும்.

எங்கும் கோடை
சுகமாய் மாறும்
நெஞ்சம் நிமிர்ந்தே
பயணம் செல்லும்.

அரளிக் காம்பும்
தாய்ப்பால் சுரக்கும்
முள்ளும் ஒரு
நாள் மலர்ந்தே தீரும்.

சு.ராஜா,

ஆசை

விண்ணைத் தொட ஆசையில்லை
மண்ணை வாங்க ஆசை இல்லை
கடலைக் கடக்க ஆசையில்லை
காவியம் படைக்க ஆசையில்லை
மனக்கண்ணை திறந்து பார்த்தேன்
மண்ணில் நடந்ததைக் கண்டேன்
கண்ணில் நீர் வழிந்ததை உணர்ந்தேன்
என் ஆசையை இங்ஙனம் உதிர்த்தேன்
எட்டி எட்டி சென்றாலும் விட்டு விலகாத பந்தம்
தொடர்கதையாய் துரத்திடும் சொந்தம்
எல்லை மீறி சென்றாலும்
உள்ளம் ஏற்கும் பந்தம்
துன்பத்தில் கைபிடிக்கும் கரம்
பிஞ்சு விரல் அன்னை கரம் பிடித்து சென்றது
சில நாள் கழித்து வளர்ந்தது கரம்
சிறகை விரித்து தாயை தவிக்க விட்டு சென்றது
துரத்தி விடப்பட்ட கரம்
தூரத்தில் செல்வத்தைக் கண்டேன்
தவிக்கும் பெற்றோர்களைத் தாமதிக்காமல்
தன் கரங்களில் ஏந்த ஆசை
உணவில்லாமல் வருந்தும் உள்ளங்களுக்கு
முழுமையாய் உணவளித்திட ஆசை

குறையுள்ள மனிதர்களுக்கு உதவிட ஆசை
உண்ண உணவு தரும் உழவர்களுக்கு உரிமை வாங்கித்தர ஆசை
ஆயிரம் ஆசைகள் ஆழ் மனதில்
அடைந்தேத் தீருவேன் என்ற நம்பிக்கையில்
ஆழமாய் யோசிக்கும் ஆழ் மனதே
அனைத்தும் நடக்கும் நன்மையே!

முனைவர் ப ராஜசுலோச்சனா

என் கவிதைகளின் மொத்தமும் காதலின் சுத்தமும்

கிழித்து போட்ட
கிறுக்கல் காகிதங்கள் சொல்லும்
என் கவிதைகளின் மொத்தத்தையும்
எரித்து பாலில் கரைத்துக் குடித்த
உன் கடிதச் சாம்பல்கள் சொல்லும்
என் காதலின் சுத்தத்தை!!
விறகை எரித்தால் மிஞ்சுமடி சாம்பல்!
என்னுடலை எரித்தால் மிஞ்சுமடி என்னுயிர்க் காதல்!
மொட்டு மலர்ந்தால் வாசம் தரும் பூக்கள்!
எனை நீ விட்டுப் பிரிந்தால் எனக்கு இல்லை வாழ் நாட்கள்!
காதலே நீ தீ என்று தெரிந்தும் தீவிரமாய் நேசிக்கிறேன்
உன்னை
முழுதாய் உனக்கே என்னை அர்பணித்து!

ஷாத்தாஜ்

ஆழ்மனதின் காதல்

விழியழகு கொண்டவளே,
உன்னழகு காண்கிறேன்,
மழையழகு சாரலில்,
மலை முகில் அழகோடு
உன் விழியழகு மொழியில்
என் தமிழ்ழகை உணர்ந்தேன்
கவியழகு தந்தவளே
என் கவியும் நீதானடி
உன் செவ்விதழ் பேசுகையில்
உனது இமையழகு சொல்கிறதடி
உன் முக அழகு மறைக்க நினைத்தாலும்
உன் விழியழகில் காதலை கண்டேனடி
உன் நினைவெல்லாம்
கவிதையாய் நிமிடங்கள் தோறும் எழுதுகிறேன்
ஒவ்வொரு வினாடியும் தவமிருந்தும்
உன் விழியோடு பேச முடியவில்லையே
இணைய வழி நாடினேன்
உன் இதயம் அறியவே கானல் நீராய் மறைகிறதடி
உன் மீது கொண்ட காதல்
உன் முகவரி தேடி வருகிறேன்
உன் இதயம் திறக்கவே
உன் இமை திறந்து பாராயோ
என் காதலும் ஒளி வீசட்டும்!

ஈ.தவணிதன்

நிஜங்களை சுமந்தபடியே நினைவுகள்

நினைவுகள் தொடர்கின்றன
நீங்காத நிழல்களாய்
நிலவாய் மனம் தேய்கையில்
நெருப்பாய் வளர்கிறது நினைவுகள்
சிந்தையில் நினைவுகள் சிதறுகையில்
உள்ளத்தில் உல்லாசம் உற்சாகம்
இதயத்தில் மட்டும் ஏனோ வலி?
வலிகளுக்கு வழி தெரியாமல் வழிகிறது
கண்ணில் நீர் துளியாய்.
நீர்த்துளிகள் உப்பாய் இருந்தாலும்
நினைவுகள் தித்திக்கின்றன
தித்திக்கும் நினைவுகளை
அசை போட்டபடியே மனம்
அழுதபடியே கண்கள் !
ஆறுதலாய் தொடர்வது
ஆழ்மனதின் நினைவுகள்மட்டுமே

ராஜா தமிழன்

ஆதலால் காதல் செய்வீர்

அத்தான் என்று
ஆசை மொழியில் அழைத்தவள்
என் அன்புக்காக
ஆயுள் வரை வருவேன் என்றவள்
உடல் வேறானாலும்
உள்ளம் ஒன்று தான்
உயிர் நீ தான் என உருகியவள்
சின்னதாக சண்டையிட்டு
செல்லமாக கோப பட்டு
செல்போனில் முத்தம் தந்தவள்
இன்று மணமகள் கோலம் கொண்டு
மனதினில் என்னை கொன்று
மாலையிட்ட மணாளனோடு
மஞ்சத்தில் மயங்கி விட்டாள்
காதல் கொண்ட நான்
கள்ளின் போதை உண்டு
கண்களில் நீர் கொண்டு
கனவுகளில் அவள் நினைவுகளை
சுமந்து தவித்திருக்கிறேன் தனிமையில்
ஆதலால் காதல் செய்வீர்

ராஜா தமிழன்

பாரபட்சம்

வயதின் மூப்பு
மகிழச் செய்யும் ஒரு விதத்தில்
மழலைகளை
இங்கு
குட்டிக் கதைகள் பேசி மகிழ்விக்கவில்லை
ஆனால் தலையில்
குட்டாமல் இருந்திருக்கலாம்
நிலாச் சோறு ஊட்ட வேண்டாம்
நித்தமும் அன்பை தந்திருக்கலாம்
தளிருடல் வருடிட வேண்டாம்
நகக் கீறலை பரிசளிக்காமல் இருந்திருக்கலாம்
ஒருபக்கம் முகத்தில் கடுகடுப்பு
வார்த்தைகளில் சிடுசிடுப்பு
மறுபக்கம் பூரிப்பு குதுகலிப்பு
ஏன் இந்த பாரபட்சம்
எல்லாம் தெரிந்தும்
வாய் மூடி பூனையாய்
கண் மூடிக் கொள்கின்றாள்
ஏனென்றால் அவள் பெண்!

முனைவர்.ஜெ.ஆனந்தி பானு

கலங்கும் மனமே

ஏதோ ஒன்று என் வாழ்வில்
உன்னை பற்றிய நினைவுகளை
கொடுத்து விட்டு தான் செல்கிறது
என் இமை ஓரம் வழியும் நீருக்கும்
என் தனிமைக்கு
மட்டும் தெரியும்
நினைவால் நான் படும் வேதனை
நீயோ அங்கு உனக்கு கிடைத்த
புதிய உறவுகளுடன்
என்னை மறந்து வாழ்கிறாய்.
ஆனால் நானோ
மற்றொரு புதிய உறவை
ஏற்க முடியாமல் வாழ்கிறேன்
ஏனோ கத்தியும் ரத்தமும் இன்றியே
காயங்களை கொடுக்கிறது
என் மனதில் பதிந்த
உன் நினைவுகள் விட்டு விலக முடியாமலும்
நினைவுகளை மறக்க தெரியாமலும் வாழ்கிறேன்
வாழ வேண்டும் என்பதற்காக
என்ன நியாயம்
என் விழியோரம் மட்டும் நீர்
உன் இதழோரம் மட்டும் புன்னகை
கடக்கவும் முயற்சிகிறேன்
என் கடந்த கால வாழ்வை.... –

ரேவதி பால்மாணிக்கம்

இதயத்தின் விசும்பல்

வழக்கமான ஊமையின் ஆலாபனை
ஆரோக அவரோகனமாய் தொடர்கிறது
உள்ளுணர்வுகள்
உறைந்து போன பனிப் பாறைகளாய்
மெலிதாய் கேட்கும் உளியின் சப்தம்
காதுக்குள் எட்டுவதற்கு முன் கசிகிறது இரத்தம்
ஆம் வெறும் லப்டப் என்று மட்டுமே
துடிப்பதாய் அறிந்த இதயம்
முதன்முறையாக பட் பட் என்று
முறியும் மரக்கிளையாய்
முறிந்தது மரக்கிளை மட்டும் அல்ல
தூக்கி எறிந்து உரமாக்குவதற்கு
ஒட்டுமொத்த எல்லாமும் நொறுங்கியது தெரியக்கூடாமல்
வலியுடன் வழிந்த சிரிப்பு
இப்பொழுதெல்லாம் யாருடன் பழகும்போதும்
நத்தைக் கூட்டுக்குள் சுருங்கும் உணர்வுகள்
நான் அவனல்ல என்று செயல்கள் விளித்தாலும்
எல்லாம் ஒட்டுமொத்த ஆணினமே என்று
இதயம் அடிக்கும் எச்சரிக்கை மணி
காதலர்கள் பரிசுகளைப் பரிமாறிக் கொள்வார்கள்
அதைக் காலமுழுதும் காத்து வைப்பார்கள்
பிறறியாமல் விழி இடுக்கி அதை ரசிப்பார்கள்
ஆனால் நீ தந்த நினைவுப் பரிசு
அசைபோடும் போதெல்லாம் கண்ணீராய் கரைகிறது
என்னுடன் பயனித்த உனக்கு
என் உணர்வுகள் புரிந்திருக்க வாய்ப்பில்லை
அதனால் தான் தலையணை
என் கண்ணீரின் சேமிப்புக் கிடங்காகியது
என் இதயம் இதழ் திறந்து விசும்புவது
விழுந்ததா உன் காதுகளில் ?

முனைவர் சீ.சுஜாதா

என் மனதின் கேள்வி

நித்தம் நித்தம் மது கிண்ணத்தே
ஒரு கன்னியின் மங்கலம் கரையுதே
காலமெல்லாம் போதையாலே
மானிடன் வாழ்வோ
மது வெள்ளத்தில் மூழ்குதே
நாட்களெல்லாம் மது மயக்கத்தில்
வாழும் நாளெல்லாம் மாயை ஆகுதே
போதை தலைக்கேறியதும்
எண்ணமெல்லாம் தலைகீழாகுதே
உடலெல்லாம் விடமாக பரவி
உறுப்புகளெல்லாம் மாய்க்குதே
மனதெல்லாம் துக்கத்தை கொண்டு
மது உண்டு
உயிரெல்லாம் தூக்கத்தை அடையுதே
மரண வாசலிலே
உற்றார் உறவினரெல்லாம் கண்ணீர் மழ்க
உன் உயிரோ மதுவிற்கு இறையாகி
உடலோ மண்ணிற்கு உரமானதே
நாட்டின் குடிமகனே நீ மதுவிற்கு மகனா ?

ம.சுதா

நிலவும் நானும்

நீல வண்ண ஆடையில்
வெண்மை நிற
மேகக் கூட்டங்களின் மறைவில்
அழகாய் மிளிர்வாள்
என்ன ஒரு அழகிய முகம்
நாட்கள் கடந்தாலும்.

உன்னை பார்த்துக் கொண்டே இருப்பது
எனக்கு அலாதி இன்பம்!
என்னிடம் எப்பொழுதும்
கண்ணாம்பூச்சி ஆடிக் கொண்டே இருப்பாய்.

மேகக் கூட்டங்களில் ஒளிந்து
கொண்டு என் முகம் வாடும் பொழுது
வெளியில் வருவாள்!

உன்னை நான் நாற்புறமும்
சுழன்று பார்த்துவிட்டேன்
ஆனாலும் மர்ம ரகசியமாகவே உள்ளது
உன் பின் அழகினை மட்டும்
என்னால் காணமுடியவில்லையே!!

என் கண்களை மயக்கி
அனுதினமும் என்னைக் காண
மாலை மங்கும்
நேரத்தில் வந்து விடுவாள்.
சுடர் விழியால் என்னை தீண்டி
என் பார்வை
எங்கும் செல்லாமல் இருக்கும் படி செய்து விடுவாள்!

இரவினில் இருண்ட வானத்தின் நடுவினில்
அழகாய் ஒளிக் கொடுப்பாள்.
குழந்தைகளுக்கு உன் மீது கொள்ளை பாசம்
உன் முகம் கண்டாலே
அழுகையை நிறுத்தி விட்டு
வண்ண மலர்களை போல்
புன்னகை சிந்தும்!

என் கவிக்கு
தொடக்கமும் நீதான் முடிவும் நீதான்.

என் முதல் காதல் நிலவு மங்கையே...
எப்பொழுதும் இரவினில் வரும்
நிலவு மங்கையே
நித்தமும் பார்த்துக் கொண்டே இருக்கிறேன்
ஏங்கிக் கொண்டே இருக்கிறேன்
ஒரு முறையேனும் கீழிறங்கி வருவாயா
நானும் காத்திருக்கிறேன்...

வெண்ணிலவே
உன் அழகை எண்ணவென்று வர்ணிப்பேன்!
உன்னை வர்ணித்துக் கொண்டே இருப்பதற்கு
என் ஒரு ஜென்மம் போதுமா
எத்தனை ஜென்மம் எடுத்தாலும்
உன் அழகினைப் பற்றி வர்ணித்துக் கொண்டே இருக்கலாம்.

நிலவு மங்கையே
உன்னை அனுதினமும் கண்டு ரசிக்கும்
என்னை
அணைக்க கீழிறங்கி வா
நிலவு மங்கையே
ஒரு முறையேனும்
கீழிறங்கி வா நித்தமும்
உன் நினைப்பில் ஏங்கித் தவிக்கும்
எனக்கு இன்பத்தை அள்ளிக் கொடுக்க வா
நிலவே கீழிறங்கி வா!!!

ர. ரமேஷ்

அப்பா என்னும் அற்புதம்

கரை தனில் விழுந்திடும்
கவி என்னும் ஆற்றலில்
உனக்கென ஒரு வரி
ஓதிட வைத்தாயே

உழைப்பெனும் ஊஞ்சலில்
உன் உதிரங்கள் ஒழுகவே
உன் களைப்பையும்
என் முன் களையாது நின்றாயே

அஞ்சண நிறம் கொண்டு
அரும் வெயிலில் தீக்குளித்து
வஞ்சனை இல்லாமல்
உன் அன்பைப் பகிர்ந்தாயே

கரை காண முடியாத
உன் கனத்த அன்பினில்
துடுப்பில்லாப் படகாய்
துணையின்றி நிற்கின்றேனே

நாள் வேளை தவறாது
நாம் இங்கு உண்டிடவே
உன் வயிறு அழுததும்
எனக்கிங்கு கேட்கலையே

உன் கஷ்டத்தை
இன்றுவரை இம்மியவே அறியவில்லை
அதை நீ என்னிடம்
இன்றுவரை காட்டியதும் இல்லையே

வலிகளால் வடிவமைத்த
உன் வடிவுடலையும்
என் முன் கம்பீரமாகவே
காண்பிப்பாயே

உனக்கென்று தனியொரு
ஆசையில்லை -எந்தன்
ஆசை நிறைவேற்றும்
கற்பகத்தருவாய் நீ உள்ளாயே

என்னை செழிக்க வைக்கும்
கங்கையாக நீ இருந்தாலும்
உனக்கு எப்படி
கைம்மாறு செய்வதென்று
அறிந்திடாத
பாலை வனமாகவே உள்ளேன்

ஈறிலா ஜென்மங்களிலும்
உன் அன்பைப் பெறவே
உன் சேயாகவே
நான் பிறக்க வேண்டும்

தாழையூர் யதுர்ஷிகா தியாகராஜா(இலங்கை)

அண்ணா என்னும் அபூர்வம்

கஞ்சரின் ஊரினில்
கவி வரிகள் பெற்று
என்னையும் உன் அன்பினால்
எழுதிட வைத்தாயே

ஒரு வயிற்றில் பிறந்திட்ட
உறவெனும் பாலத்தில்
உதிரங்கள் ஒன்றாக
யாக்கை இரண்டென
யாமே பெற்றோமே

குறும்பெனும் மடலில் குறித்திட
தினம் தினம் ஏறியே காணவே
எழுந்து உலா வந்தோமே

சண்டைகள் பல செய்து
சலனமாய் சமாளித்து
தெரிந்திடும் அன்பையே
மறைத்திங்கு மகிழ்ந்தோமே

அம்புலி அழகிலே
அதிசய கதை கேட்டு
அன்னையின் கரங்களில்
நிலாச்சோறு உண்டோமே

பருவத்தின் பாங்கினிலே
பதுமம் போல் என்னைப் பார்த்து
தந்தையின் இடத்தினிலே
எந்தையாய் நின்றாயே

என் கண்ணில்
துகள் தூண்ட
உன் கண்ணில் துகள் விழுந்தே
பதைத்திடும் சிசுவாய்
பலவாறு அழுவாயே

உன் நெறிப் பாதையிலே
வார்த்தைகளை
லலிமையாக்கி என்வழி பாதைகளை
தனிவழி ஆக்கினேனே

இரத்தத்தின் பந்தமென
எனக்கென இருக்கும்
அண்ணா எனும்
ஓர் உறவு நீ தானே

கழிந்திடாத உறவை இங்கு
கழிவிரக்கக
வலிகள் கூட்டி கஞ்ச வரிகளாக
கவி என வரைகிறேனே –

தாழையூர் யதுர்ஷிகா தியாகராஜா- (இலங்கை)

களவை கருக்கலைக்காதீர்

சாதியின்றி சந்தித்த களவு
சரித்திரத்தின் சங்கல்பத்தில் பயணிக்க
பாய்மரத்தை தேடுகிறது
கள்ளிச் செடியும் கருணை கேட்கிறது
வாழ வழிச் சொல்ல கேட்க வந்த
கண்ணாலன் களவில் பூத்த கதையை
மடலேறி
மனுதர்மத்தில் ஏன் எங்களை
சிதைக்கிறீர்கள் என்று கேட்க
பகுத்தறிவும் பட்டறிவுமென
எங்கள் களவில் கனவுற்றியது
சாதியை எண்ணி மௌனமாய்
என்னில் பூத்த களவை
கருணையின்றி
கருக்கலைப்பு செய்யாதீர்கள்
சாதியில் பூக்கவில்லை
கௌரவம்
எங்கள் சாதனையிலே பூக்கின்றன
மனதிற்கு மனுசாஸ்திரம் தெரியவில்லை
விலங்குகளின் களவோ
விண்ணை அலங்கரிக்கின்றன
எங்களின் களவோ மண்ணுக்கு உரமாகின்றன
எங்களின் சாதியற்ற களவில்
சந்ததியை உருவாக்கினாலும்
உருவம் இல்லை என்றே
உருவகம் செய்கீறீர்கள்
எங்கள் உருவத்தின் ஒளியை
ஒலிப்பான் போட்டு காட்டாமல்
இருட்டறையில்
இருண்மையாக்குகீறிர்கள்

ச.காயத்ரி

நந்தவன நாட்களுக்காய் நங்கையிவள்

இதயத்தை ஈரமின்றி ஈசனவன் படைத்தானோ
இதமாக பேசிவிட இன்னமும் தோணலையோ
இதழோரம் ஏனோ இளநகையும் ஓடல்லையோ
இதனாலே நானே இடிந்துதான் போனேனே

காத்திருந்த நேரமெல்லாம் கானல் நீரானதுவோ
பார்த்திருந்த விழிகளெல்லாம் கண்ணீரால் நிறைந்ததுவோ
பூத்திருந்த பூவையிவள் வாடித்தான் போனாளோ
சேர்த்திருந்த ஆசையெல்லாம் நிராசை ஆனதுவோ

மாலை நேரச் சேதி தானுமில்லையிங்கே
காலை வந்த கதிரவனும் காணாமல் போனானோ
வாலைக் குமரியிவள் வழிமேல்தான் விழி த்திருந்தேனே
சாலையும் தான் வெறிச் சோடி போனதிங்கே

ஊரும் உறங்கிடிச்சே உனை மட்டும் காணல்லைய
ஊதியம் இல்லை என ஊர் விட்டு சென்றாயோ
ஊட்டி விட நீயின்றி உலையும்தான் வைக்கலையே
ஊன் உறக்கம்ஏதுமின்றி ஏங்கித்தான் போனேனே

வந்து விடு நீயும் என்னவனே என்னருகே
தந்து விடு தவிரத்துவிட்ட பொழுதெல்லாம்
நந்தவன நாட்களெல்லாம் நாளை வர வேண்டுமென்றே
பந்தங்கள் கூடிவர சூடி விடு என் கழுத்தில் மணமாலை

விஜிதா முருகவேள் மட்டக்களப்பு இலங்கை

இதயக்குரல்

கருவின் முதல் உதயம்
என் பெயர் இதயம்
கடல் அலைகளைப் போல
கடிகார முட்களைப் போல
ஓய்வறியா சூரியன் நான் !
பிஞ்சு வயதிலே பஞ்சு போல் மென்மை நான் !
பருவ வயதிலே பலருக்கும் பிடித்தவன் நான் !
கத்தியின்றி இரத்தமின்றி காதலர் பரிமாறிக்கொண்டனர்.
கைக்கூடியவர்களுக்கு அழகிய வண்ணம் நான் !
கைவிட்டவர்களுக்கு மாறா நினைவுச் சின்னம் நான் !
உடைந்த இதயத்தை ஒட்டவைத்துக் கொண்டு ஓடினேன்
குடும்ப பாரம் குறுக்கே வந்தது!
அதனால் இதயம் நொந்தது!
பிழைப்புக்கு வேலை ! மனைவிக்குச் சேலை !
குழந்தையின் தேவை ! பெற்றோரின் நோயை
என காளை மாட்டின் கழுத்தில் பாரம் ஏறுவது போல
இல்லறத்தின் பாரம் இதயத்தில் ஏறியது !
பொது நலமற்ற சுயநலம் கொண்டவர்களுக்கு
இருந்தும் இல்லாத இதயமற்றவன் நான் !
மென்மையாய்த் தோன்றிய என்னை
மனிதன் வன்மையாய் உருமாற்றினான்.
சிந்திக்கத்தூண்டும் மூளை சாவை சந்தித்தபோதும்
தானம் செய்ய தயாராய் இருப்பேன் !
நல்லதை (இரத்தம்) வெளியேற்றி
அல்லதை (இரத்தம்) புறம் தள்ளுவேன் !
பார் (BAR) அடைப்பு ஏற்பட்டால்
நாட்டில் வருமானத்திற்கு வழி இல்லை!
மார் அடைப்பு ஏற்பட்டால் உலகில்

மனிதனுக்கு வாழ வழியில்லை !
சொல்லாமல் போகும் உறுப்புகளின்
மத்தியில் நான் மட்டும்
மூன்றுமுறை சொல்லிப் போவேன்.
இல்லாமல் போனாலும் இன்னொருமுறை உதயமாவேன்
இதயமாக துடித்திருக்க !!! இப்படிக்கு இதயம் ....

திருமதி.நா.நித்யா

காதலியின் இறுதி சாகசம்

அடர்ந்த காடு
மலை உச்சியில் ஓர் அழகிய வீடு!
அருவியின் அழுகைச் சத்தம்
அனைக்கமுடியாத அலாரமாக!
தேனீக்களின் ரீங்காரங்கள்
தேனிசைத் தென்றலாக!
தேக்குமரக்கைகளால்
என் நித்திரையைக் களைப்பாள்
என் சகி!!
என்ன ஓர் ஆனந்த தொந்தரவு!
இதை மெய்யாக்க
கடவுளிடம் வேண்டினேன் உத்தரவு!
அவளுக்கோ சாகசத்தின் மீது காதல்!
எனக்கோ அவள் மீது!
சிறுகச் சிறுக உருட்டினேன்
உண்டியலுக்குள் சில்லறையை!
உடைந்தது உண்டியல்
ஒரு நாள் சாகசத்திற்காக அல்ல!
அவளின் சிகிச்சைக்காக!
என் கைகளைப்பற்றி நடந்தவள்
இன்றோ “கைலாசத்திற்கு” சென்றாள்!
என்னை விட்டு

அதுவும் மலைதான் என்று போனாளோ என்னவோ!
கடவுள் என் உத்தரவைத்
தவறாகப் புரிந்து கொண்டான் போல!
அவளுக்கு நாட்குறிப்பு எழுதும் பழக்கமுண்டு
அவளின் இறுதிநாட்களைப் புரட்டிப்பார்த்தேன்
கண்ணீர் புரண்டது
முப்பதாண்டு காதலை

வெறும் மூன்று வரிகளில் முடித்துவிட்டாள்!
உன் இதயமெனும் மலையில்!
அன்பெனும் அரணில் !
உன்னிடம் நான் பெற்ற
காதல் சாகசத்திற்கு நன்றி!!!

கு.கோ.தனுஷ்

வா வெண்புறா

என் வானில் ஓர் மேகம் என்னை
வருடி செல்லுதே..
எங்கோ ஓர் சிறு மோகம்
சட்டென்று பார்குதே..
உன் விழியில்
உறங்கும் நாளினை
என் கனவில் இன்று காண்கிறேன்
இன்று காலை விடிந்து நிலவை தேடினேன் !!
நான் தேடும் தூரம்
உன் கைகள் கேட்கும்
உனை சேர்ந்த பின்னே
என் ஜீவன் ஓயும் .,
துராத மரங்கள் மழைக்கால சாபம்
நீ இன்றி நானும் சருகான சோகம் .,
கண்கள் காட்டிடும் உந்தன் உருவம்
போதுமே என் பாதை முடிந்தும்
மீண்டும் பிறக்கிறேன்
உன் நிழலை பார்த்ததால்..

நா.முத்துக்குமாரதாசன்

இதயத்தின் இறுக்கம்

ஒரு உறவால் மறு உறவு...
ஒன்றிற்காக தொடங்கி மற்றொன்றில் முடிந்தது...
ஆயிரம் கதை பேசிய சில இரவுகள்
கரையாமல் கரைந்த நினை வுகள்...
இன்றோடு ஒரு வருடம் கடந்துவிட்டது...
நம் உறவின் அத்தியாயம் தொடங்கி...
இவ்வுறவு எதுவரை நீடிக்கும் என்றெல்லாம் தெரியாது...
இருக்கும் வரை மகிழ்ந்திருப்போம்....
இப்படியெல்லாம் கவி சொல்லி முடித்த
இரண்டு ருது காலத்தில்
அந்தமாகி விட்டதே!
கனவிலும் கனல் பாயாது
பாதுகாப்பாக வெளியேற விக்கி நிற்கிறாள்.. _

பி.மா.வேதா

என்னுள் அவள்

நான் கண்சிமிட்டிப் பார்த்தேன்-
அவள் கயல்விழி அசைந்திடும்போது.....
நான் முடியைக்கோரி முகஞ்சிவந்தேன் –
அவள் முகவரி கிடைத்தபோது......
நான் கண்ணை மூடி கரைந்தேன் –
அவள் கனவில் வந்தபோது
சாலையில் தாண்டி, தாண்டி நடந்தேன்
அவள் என் முன்னே செல்லும்போது
வெட்கப்பட்டு தலைக்குனிந்தேன்
தெரியாமல் - அவள் விரல் என்மீது படும்போது
மெல்ல, மெல்லத் துடித்தேன்
அவள் இதழ்கள் இரண்டும் விரியும்போது
மலரும் பூவை நேரில் கண்டேன்
அவள் மௌனமாக சிரிக்கும்போது
மறைந்து பார்த்து மளைத்தேன்
அவள் மழலை மொழியில் பேசும்போது
உயிரையும் கொடுக்கத் துணிந்தேன்
அவளுள்ளே நான் இருப்பதை உணர்ந்தபோது

க.ஸ்ரீஜெயந்தி

பேசுகிறது உன் உயிர்

பேசுகிறேன் பேசுகிறேன்
உன் தோழி அல்ல
உன் தாய் அல்ல
உன் ஆசிரியரும் அல்ல!
உன் உயிருக்கும் உன் உணர்வுக்கும்
ஆதாரமான நான் பேசுகிறேன்
உன் இதயம் பேசுகிறேன்!
நீ வலி கொடுத்தாலும்
கலங்காத உன் இதயம் பேசுகிறேன்!
நீ உன் உயிருக்கும் மேலாக நேசிக்கும்
உள்ளங்களை பாதுகாத்து வைக்கும் பெட்டி நான்
பேசுகிறேன்!
நான் பேசுவது உனக்கு கேட்கிறதா
கேட்காது என எனக்கு தெரியும் !
ஆனால் உன் உதடுகள் சிரித்தாலோ
கண்கள் கலங்கினாலோ
அதை முதலில் உணர்வது நானே!
நீ கருவில் உருவானபோது
முதலில் உருவான உன் இதயம் பேசுகிறேன்!
நீ பிறந்த நாளில் துடிக்கத் தொடங்கிய நான்
நீ உன் கண்களை மூடும்போதே
நானும் என் துடிப்பினை நிறுத்துவேன் !
நான் சில நொடிகள் ஓய்வெடுத்தால் கூட
நீ நிரந்தரமாக ஓய்வெடுக்க வேண்டியது தான்!
நான் பலமாக இருப்பதும் பலவீனமாக இருப்பதும்
உன் கையிலே!
அன்பையும் , பாசத்தையும், பரிவையும் மட்டுமே
என்னுள் வைத்து கோபத்தையும்,
ஆணவத்தையும் தூக்கி வீசி விடு!

நீ உண்மையாக இருப்பவர்களுக்கும்
உனக்கு உண்மையாக இருப்பவர்களுக்கும் மட்டுமே
என்னுள் நீ இடம் தர வேண்டும்!
தன்னம்பிக்கை என்பதை எப்போதும்
உன் உற்ற துணையாக ஆக்கிக் கொள்!
நீயும் பலமாக இரு என்னையும் பலமாக இருக்க விடு !
இப்படிக்கு உன் இதயம் !

வ.பவித்ரா

உனக்காக துடிக்கும் என் இதயம்

ரத்தம் ஓடும் என் இதயம்
சத்தமாய் கத்திக் கேட்கிறது!
மொத்தமாய் அவள் வேண்டும் என்று
ஆரிக்கிள்களும் வெண்ட்ரிக்கிள்களும்
அவளை நினைத்தே ஆயுளை நீட்டுகிறது!
இப்போதெல்லாம் - என் இதயாமோ லப்-டப்பை மறந்து
அவள் பெயரைதான் சொல்கிறது!
அவளுக்காய் துடிக்கிறது என் இதயம்!
அவள் என் அருகில் இல்லையென்றால்
கொஞ்சம் கொஞ்சமாய் வெடிக்கிறது!
அவள் கிட்ட வந்தால் - என் இதயம் சின்னதாய் சிரிக்கிறது!
அவள் எட்ட நின்றால் ஏனோ இதயம் வலிக்கிறது!
அவளை பைத்தியமாய் காதலிப்பது நான் மட்டுமல்ல!
எனக்காய் துடிப்பதாய் நடித்துக்கொண்டு,
அவளுக்காய் மட்டும் துடிக்கும் என் இதயமும்தான்!

இளங்கவி இரா. சதீஷ் குமார்

சொப்பனம்

என்னவளே! என் இனியவளே!
என் வீட்டின் விலாசம் தெரியாது
உனக்கு எப்போதும் தொல்லை தரும்
என் பேசியின் தொடர்பாடல்
இலக்கம் தெரியாது

என் முகப் புத்தகத்தின்
முதற்பக்க முகவரி கூடத் தெரியாது
இணையில்லா இணையத்தின் வழியே
தொடர்பு கொள்ள
இணைப்பு வழி தெரியாது

உனக்கு மின்னலைப் போல
வந்து எனைச் சேர
மின்னஞ்சல் தெரியாது
ஆனால் சொப்பனத்தில்
உன்னைக் காணும்
அந்த அழகிய தருணத்தில் மாத்திரம்
என் விழிகளுக்குள் விருந்தாய் அமையும்
கனவுப் புத்தகத்தின்
முதற் பக்கமாய் இருக்கின்றாய்
சொப்பனத்தில் பேச நினைக்கிறேன்
உன்னுடன் புன்னகையால்
உன் பூவிதழ் பார்வை கண்டு
உதிக்கிறேன் மறைகிறேன்
சூரியனாய் நீ மலர்கிறாய்
நான் உதிக்கிறேன்
நீ உதிர்கிறாய்

நான் மறைகிறேன்
நீ மலர் நான் ஆதவன்
உன் மலர்வு கண்டு
என் மனவாசல் வரவேற்கிறது
என் இதய மாளிகைக்குள்.

செல்வி. சிவகுமார் தேவமலர்

செய்த முடிக்கனும் இளசு

சொல்லத் துடிக்குது மனசு
செய்யத் துடிக்கணும் இளசு
இதய அறையின் ஓசை
இதமாய் வைத்த ஆசை
இந்தியா ஒன்றாக வேண்டும்
இதயம் நன்றாக வேண்டும்
தமிழக மக்களை தாங்க
தண்ணீர் சண்டை நீங்க
மாநிலமாய் மனங்கள் பிரிந்தால்
மாபரனும் இதனை அறிந்தால்
எங்கே நாடு வாழும்
எதிரியின் முன்னே வீழும்
நாடு முழுதும் ஒன்றாய்
வாழ வேண்டும் நன்றாய்
இதுவே தனது ஆசையாய்
சொன்னார் பாரதி
ஓசையாய் மொழியால்
மனதால் பிரிவு
வளர்ச்சி வீதம் சரிவு
பல்லாண்டு கால ஏக்கம் என்றும்
மனதின் தாக்கம் ஏற்றம் காண வேண்டும்
ஏக்கம் தீர வேண்டும்
அறிவியல் வளர்ச்சி அகத்தில் வீழ்ச்சி
ஒற்றுமை முயற்சி கோபுர எழுச்சி
ஒன்றே மக்கள் ஒன்றே நாடு
மாநிலமாய் பிரிவை தூக்கிப் போடு
மனதால் இணைவோம்
மகத்துவம் படைப்போம் என்றும்
இந்தியா ஒன்றாய் காண்போம்
சொல்லத் துடித்தது மனசு
செய்யத் துடிக்கணும் இளசு

முனைவர் செ.ஐடா

எப்போ வருவே எந்தாயி?

ஒலகோ புரியா வயசுல,
ஊரே கூடுன தேருல
ஊசிப்பார்வை தாங்காமே
தலயே நானுஞ் சாக்கைல
கண்டு கலங்குனே காயத்த
ஊங்கைல குத்துனே எம்பேர!
உருகிப் போன கணத்துல
உசுருல குத்துன உம்பேரே!
உருக்கொலைக்குது எம்பேரே!
தடுத்து நிறுத்த வந்தவகல
தலயில அடிச்சுட்டுத் திரும்ப வெச்சே
தெசமாறிப் போனது தெரியாமே!
தெரிஞ்சதெல்லா ஒன்னேதா
மண்ணுல கலந்தோ மழையாட்டோ
மழ மண்ணவாரிப் போடுந் தலயுலேனு
காத்தடிச்சா கலைஞ்சு போகுக் கருக்கலுனு
ஒரேநா கூத்தடிச்சா
கொறஞ்சு போகு காதலுனு
மறாநாளே மறைஞ்சு போகு மாயமுனு
கெனவுகோடக் காணவில்லே!
கலைஞ்சு போன நெனப்புத்தா,
ஓட வக்குது ஊட்டுக்கே
தொலைஞ்சு போன வவுறுதா,
தோனவக்குது பாட்டுக்கே
பாவமது பசியறியாப் புள்ளே!
அரளிக்காய பொறிச்சவள
அரைக்காம அரஞ்ச புள்ள
அளுங்காத வளந்த மொட்டின் புள்ளே!
ஒருவாரமா ஒன்னந் திங்காம

ஒட்டிப் போன சுக்கின் புள்ளே!
எரும்புக் கடிக்கே
எப்புள்ளே தாங்காதுனு
தாங்கி வளத்த எங்காத்தா,
எம்புள்ள வாயு பொத்திக்கெடக்கு
எங்க நானு போவேத்தா?
ஒரு சொட்டு மழ படாம
பொத்திக் காத்தாரு எங்கப்பே
ஓடோடஞ்சு ஊத்துறதுல
ஊறவைச்சாரு உங்கப்பே
மனக்குதுனு கேட்டா
மாந்தோப்பே வாங்கியாந்தா
ஓமாமே மசக்கைனு கேட்டும்
மறந்துட்டு போறா எமாமே!
"எம்பட்டடந்தவுறி தருசாபோனது
மறக்காம மாய்க்குது எம்மனச
ஒலகத்துல நீயு உதுச்சு வர்ற
ஊக்கத்துல ஊட்டி வளக்குறே
எம்மனச பட்டமாங்கி
நீ வந்தா படயே நடுங்கி போகோனு
எப்ப வருவே எந்தாயி?
வெடிவு கொண்டு வாதாயி !!

திருமதி சு. மனோரஞ்சிதம்

காய்ந்த மன விறகுகள்

உரிமை இல்லா உறவின் அன்பு
கானல் நீர் கவிதை போல
கண்ணீர் காட்சியே இதற்கு சாட்சி
பாதிக்கப்பட்டவர் கவிதை எழுத
வாசிப்பவர் வாதம் புரிய
நேசிக்கப்பட்ட இதயமோ வீசி எறியப்பட்டது....

அது மரித்தும் போகாமல்
மறக்கவும் முடியாமல்
மீண்டும் விட்ட இடத்திற்கே
வந்து விடை தேடுகிறது.

வெற்றிட நினைவுகளில்
என் நாட்கள் நகர்ந்து செல்கின்றன.
காய பிம்பத்தை மட்டும் சுமந்து கொண்டு.

வெறும் கற்பனையில்
நான் வாழ்தல் புரியும் போது
எத்தனை நாட்கள்
என்னை வீணாய் சுமந்து நின்றது
இந்த பூமி
என் அன்பின் நேரலை நினைவுகள்
இழுத்து விட்டு செல்கிறதோ
என் கண்ணீர் கடலில்
கரைந்து போனதோ யாருக்கும்
வித்தியாசம் தெரியப்போவதில்லை.
அது என் கண்ணீரின் உப்பா இல்லை
அது கடல் நீரின் உப்பா...

முனைவர் செ.மேனகா

இதயம் என்னும் இரும்புக்கோட்டை

இதயம் என்னும் உலகினிலே
நினைவுகள் பல நீந்திடுதே!
மனதில் பல எண்ணங்கள் மாறுகின்ற
வண்ணங்கள் வாழ்வில் விழுந்த விரிசலோ
ஆயுள் முழுதும் தெரியுதே
குடும்ப பொறுப்பை சுமக்கவே
குழந்தை வடிவம் எடுத்தேனோ
கள்ளம் கொண்ட உலகினிலே
காசிருந்தால் கடவுள் நீ
கல்வி என்பது வியாபாரம்
படித்தவர்களோ முட்டாள்கள்
எங்கும் எதி லும் ஊழல்தான்
என்றோ இறந்தது நீதியுமே
நிறத்தை வைத்து அழகையும்
பணத்தை வைத்து மதிப்பையும்
மதிப்பெண்ணை வைத்து படிப்பையும்
கணக்கிடும் நம் சமுதாயம்
சிரிப்பு என்பது மறந்து போனது
உண்மை என்பது மடிந்து போனது
நேர்மை என்பது உறுகி போனது
இதயம் என்பது கல்லாய் போனது
இதில் இறக்கம் என்பது
இல்லாமல் போனது
உள்ளம் என்பது தளர்ந்து போனது
உறக்கம் என்பது காணாமல் போனது
திறமை என்பது வீணாய் போனது
நிறைகள் என்பது குறைந்து போனது
குறைகள் என்பது நிறைந்து போனது
அழகு மிளிர கட்டப்பட்ட
இதயம் என்னும் கோட்டைக்குள்ளே
தவறு என்னும் தூசிகளோ
அழுக்காய் படிந்து கிடக்கிறதே!

கண்மணி BA

கசிகின்ற இதயம்

உண்மையை உண்மையோடு
உண்மையாய் உரைக்கின்ற இதயம் பேசுகிறேன்!
எங்களுக்கு வடிவம் ஒன்று தான்!
உதயமான இடங்களும் உடல்களில் தான்!
செயல்படும் வழிகள் பல! — அதனால் வலிகள் பல!
எங்களிடமிருந்து தான்
எண்ணங்கள் சிறகடித்துப் பறக்கின்றன!
எங்களிடமிருந்த தான் சொல்லும் செயலும்
தள்ளிக் கொண்டு முன் வருகின்றன!
சொல்லும் செயலும்- பிறர் சொல்லும்படி இருக்க
வேண்டும்!
எங்களுக்குள் வடிவங்கள் ஒத்திருந்தாலும்
எண்ணங்கள் மாறுகின்றன!
தவறான சொற்களால்
வாழ்விழந்தவர்கள் பலர்
உயிரிழந்தவர்கள் பலர்
தவறிய செய்கையால் கோட்டைகளோடு
தன் இனமே கேட்டை அடைந்து அழிந்ததும் உண்டு
இதை இலக்கியங்களில் காட்டியதும் உண்டு!.
தன்னைப் போல பிறரை எண்ண வேண்டும்!
தன்னைப் போல பிறரும் எண்ண வேண்டும்!
இவ்வுலகில் பொய்பேசும் என் இனங்களும்
நடிக்கின்ற என் இனங்களும்
பிறரைக் கெடுக்கின்ற
என் இனங்களும் இருக்கின்ற காரணத்தால்
உண்மை இதயம் பற்றி அறிய
நாட்கள் பல நகருகின்றன.
நற்சிந்தனைகள் நல்லெண்ணங்கள்
நல்ல சொற்கள் நற்செயல்கள்
இரக்க மனம் ஈகை குணம் இவைகள் தான்

உண்மை இதயங்களின் முகவரிகள்!
இதயங்களுக்குக் கசிகின்ற இதயத்தின் வேண்டுகோள்!
உருவம் கண்டு மயங்க வேண்டாம்!
நல் எண்ணம் கண்டு இணங்க வேண்டும்!
நல் மனம் படைத்த இதயத்தை நாடு!
கல் மனம் படைத்த இதயத்தைவிட்டு ஓடு!
நேர்மை நிலைக்கும் உண்மை தழைக்கும் வாழ்வு
சுவைக்கும்.

முனைவர் சு.பாஸ்கர்

திசையறியா பயணம்

உயிரில்லா வார்த்தைகளுக்கு
உணர்வுகளால் உயிரூட்டுவதில் ஆர்வமோ?
வாய்மொழிகளை தவிர்த்து
வார்த்தைகளால் விவரிக்க இயலாத
உணர்வின் மொழிகளை உணர்வதில் ஆர்வமோ?
தன்னிலை அறியாமல்
சிந்தையிழந்த தருணத்தில் ஆர்வமோ?
சிந்தனைகளை எழுத்துக்களாக சிதற
காகிதத்தில் அள்ளி வீசிட ஆர்வமோ?
வற்றாத நதி பாய்வதைப் போல
என்னுள் எங்கும் நினைவுகளால் சிலிர்ப்பூட்டும்
உணர்வுகளாய் பாய்ந்து செல்கிறாய்.
தீராத அன்பு , அதீத அன்பு போன்ற உணர்வுகளால்
பிணைந்த இவ்வுலகத்தில்
அறியப்படாத ஆச்சரியக்குறிகள் பல இருந்தாலும்
திசையறியா நெடுந்தூர பயணத்தில்
நான் இங்கே!

க.பானுபிரியா

தேன் சிட்டு!

மரபுக்கவிதையாய் நான்
புதுக்கவிதையாய் என் மனம்
தேன் சிட்டு போல்
அங்கும் இங்கும் பறந்து கொண்டிருக்கிறது
ஓயாமல் ஓடிக்கொண்டிருக்கும் கால்களை
நிறுத்தி எங்கே ஓடுகிறோம்
எனக் கேட்க ஆசை,
பசியில் ஓடித்திரியும் நாய்க்குட்டிக்கு
யாரேனும் பரிவு காட்டுவார்களா என
பார்த்திருக்கிறோம்,
பறந்து திரியும் பட்சிகளுக்கு
இறை போடுவார்களா யாரேனும்,
வாடிப்போன வழிப்போக்கர்களுக்கு தங்க
திண்ணை ஓரத்தில் இடம் தருவார்களா,
வறுமையில் உழன்று
பிறையென தேய்ந்து போன வயிற்றுக்கு
உணவென்னும் மருந்து கொடுப்பார்களா யாரேனும்,
வறண்டுபோன வாய்க்காலில்
தண்ணீரை தேடிப் பார்க்கிறோம்
நாற்றும் நண்டும்
சண்டையிட்டுக் கொண்டிருந்த வயல்கள்
பாவம் வாய் பிளந்து தாகத்தில் தவிக்கின்றன,
வற்றிப்போன மடியில்
கன்றுகள் முட்டி மோதிக்கொண்டே இருக்கின்றன,
வானவில்லும் தன் தூரிகையை
வழியில் யாரோ பறித்து விட்ட
சோகத்தில் வெளிறிப்போய் இருக்கிறாள்,
அடை மழையும் முகவரி மறந்து போய்
எங்கோ மறதியில் உறங்கிவிட்டது போலும்,

தடாகம் எல்லாம் வற்றிப்போய்
தாமரைப் பூக்களைத் தேடித் திரிந்து
அலைகிறது கொக்குக்கூட்டம்,
இவையெல்லாம் மாற்ற
இந்த தேன் சிட்டு விழைகிறது,
மனிதம் தழைத்திருந்தால்
தான் அங்கே மனிதன் பிழைத்திருப்பான்!

க. கீர்த்தனா

கனவாக கண்டதுவே நிறைவேறும் நிமிடமதில்

இதழ் அது விரிந்த மழலை பொழுததிலும்!
தத்தி தவழும் அழகு நடை அதனிலும்!
பூத்ததோ ஆசை உலகம் அதை கண்டு களிக்க!
துளிர் விட்ட நேரமது
மதிக்கெட்டு போனதே வறுமை அதை மறந்து!
கூண்டுதனில் சுற்றும் பருவமதில்
உலகம் அதை சுற்ற இறக்கை முளைத்ததோ!
பறக்க முடியாமல் செய்ததுவே பசி அதுவே!
செல்லாத இடமதற்கும் சென்று வந்த இன்பம்!
காணாத உலகதனை கண்டு களித்த உவகை!
மகிழ்ந்து போனதோ மனம் கற்பனை எனும் கடலில்!
பாராத உலகதை பார்க்கும் பொழுது வரை
இன்னும் அழகுறுமோ என் கற்பனை உலகு!
காணாத இடமது காணாமல் போகுமேயாயினும்
என் கற்பனை உலகினிலே மறைவதில்லையே!
பாதம் அது தொட்ட பாதை அதும்!
காது அதை தொட்ட ஓசை அதும்!
கண்கள் அதை தொட்ட வண்ணம் அதும்
மறைவதில்லையே மனம் அதில்!
கிடைக்காத பொருளதுவும்
போகாத இடமதுவும் கண்டு களித்தேன் நானே!
கற்பனை எனும் உலகில் தானே!

ச. நர்மதா

கடந்து சென்ற காலம்

பள்ளிப் பருவத்தின் இறுதி நாள்
பரிட்சைகளை முடித்துவிட்டு
தேர்வறையினின்று முந்திக்கொண்டு வெளிவர
பட்டாம்பூச்சிகள் பறக்கும் பதின்பருவமதில்
ஏதோ சாதித்த ஓர் படபடப்பு.

காலைதோறும் முழிப்பு
எப்போதுமே சலிப்பு
சுற்றிலும் நண்பர் கூட்டம்
எங்களுக்கு எப்போதுமே கொண்டாட்டம்
விடுதி தந்த உணவு
சில சொல்லவியலா உணர்வு என
எவருக்கும் புலப்படாதவைகளை
எனக்குள் புதைத்து அடிவைத்தேன்
அந்த அரண்சூழ்ந்த அரண்மனைக்குள்!
அலைகடலென மாணவர் பேரணி
ஆங்காங்கே அரட்டையடிக்கும்
நண்பர்களின் கேலித் தோணி
அழகாய் கண்ணோடு காதல் பேசும் அன்பர்கள்
அமைதியாய் ஒதுங்கிப் படிக்கும் அறிஞர்கள்
கம்பீர நடை கொண்ட பேராசிரியர்
ஓர் பக்கம் சிற்றுண்டி தீர்ந்ததென்று
சில இதயங்களில் ஏக்கம் துடிப்புக்கு
இதயமாய் படிப்புக்கு
இமயமாய் கொண்டாடும்
சமயமாய் சிரிப்புகளை
உபயமாய் வாரி வழங்கி
வாழ்வில் அர்த்தமாய் விளங்கி
கவலைகள் மறந்து கதைக்க

நினைத்த பாவமோ?
இன்று இன்னல்கள் மத்தியில் இயக்கமின்றி இல்லங்களில் முடங்கிக் கிடக்கின்றோம் ! பெரிய ஆஸ்தியொன்றும் கேட்கவில்லை பொல்லாத பேராசைகளும் கொள்ளவில்லை மதிப்பெண்ணுக்காய் மாத்திரம் ஓடி சலிக்காமல் மனம் சற்று இதமாய் இளைப்பாற வானளவை எட்டிப்பிடிக்க விளைந்த நமக்கு ஓர் ஜான் பெட்டகமே துணையாய் ஆச்சு... –

தமிழ்ச் சேவகி த. சிந்துகவி

சொல்லமுடியாத உணர்வு

என் கண்கள் பார்க்கும்
பெண்ணை எல்லாம்,
என் மனது ஏற்க வில்லை,
அன்பே,
ஒரு அழகிய ஆணை பார்த்தால் மட்டும்
என் உணர்வுகள் கலங்குகிறது,
அவரை ஏற்க வேண்டும் என்று,
பெண்களோ என்னை
சுற்றி வருகிறார்கள்,
இவன் அழகிய ஆண் மகன் என்று,
அந்த அழகிய ஆணோ
ஆணைத் தான் தேடுகிறான்,
தன் ஆண்மை வீரம் குறையாமல்....

நாமக்கல் செந்தில்

இதயத்தின் ஓசை

அதீத சுமையை மூளையில் ஏற்றினாய்.!
அதீத உளைச்சலை என் அறையில் ஏற்றினாய்.!
லட்சக்கணக்கான நியூரான்கள் சுமையை தாங்கும்...
நாலே அறைகொண்ட
நான் எவ்வாறு தாங்குவேன் மானிடா.?
உன்னை உயிர்ப்புடன் வைக்கும்
எனக்கு ஓய்வில்லை...
அதீத சிந்தனையால்
என் அறைகளை அடைக்கிறாய்...
புகைத்து புகைத்து
என் வழியில் தடைக்கற்களை இடுகிறாய்...
இருந்தும் உன்னைக் காக்க,
நிமிடம் தவறாமல் துடித்துக் கொண்டிருக்கிறேன்...!
மனஉளைச்சலை மறக்கடிக்க மதுகிண்ணம் ஏந்தினாய்...
மூளையவன் மயங்கினாலும்
நான் மயங்காது மதிகெட்ட
உன்னை மனைக்கு அழைத்து செல்கிறேன்...
உனக்கு பிடித்ததை செய்ய நான் கட்டளையிட்டால்
நீ எனக்கு தரும் வெகுமதி மாரடைப்பு...
என்னுள் அடைப்பு, இறுதியில் நீ இறப்பு...
எந்த தோல்வியையும்
ஏற்றுக் கொள்ள பழகிக்கொள் என்னைப்போல...
நீ எனக்கு பல துன்பங்களை தந்தாலும்
உனக்காக துடிப்பது நான் ஒருவளே..!
எந்த சூழ்நிலையிலும் பொறுமையைக் கடைபிடி
என்னைப்போல...
மதிப்பெண் தோல்வி,
காதல் தோல்வி எனும்
கானல் நீரால் நீ என்னை தகித்தாலும்...
உனக்காக என்றும் நான்

ஓடிக்கொண்டே இருப்பேன் உன் சுவாசத்திற்காக...
வருடங்கள்... மாதங்கள்...
நாட்கள்... நேரங்கள்...
நிமிடங்கள்... நொடிகள்..
கடந்து துடித்துக் கொண்டேயிருப்பேன்
என்றும் உன் நலனுக்காக...!

உலா வரும் உணர்வு

யாருமில்லா இருள்மயமான வாழ்க்கை!
தனிமையென்னும் துணைமட்டும்!
கனவில் மட்டும் கவிஞனாக!
கற்பனையில் இதயம் ஊசலாட!
ஆழ்மனம் மட்டும் ஆறுதல்!
உறங்க மறுக்கும் கண்கள்!
ஆயிரம் தடைகள் இருந்தாலும்!
செல்லும் பாதை மாறாது!
ஆயிரம் வலிகள் இருந்தாலும்!
நம்பிக்கை ஒருபோதும் உடையாது!
தேடிய இலக்கு நெருங்கவில்லை!
அதை அடையும் வரை விடுவதில்லை!
அதிவிநோதமான எண்ணங்களோடு!
மெல்ல அசைபோடும் வாழ்க்கை!
உலா வரும் உணர்வுகள்!

சு. கோகிலா

இதயத்தின் பேச்சு

மாண்பு கொண்ட மானிடா
உன் மதிப்பு மிக்க உறுப்பாம் இதயம் பேசுகிறேன்.
மானிடா எப்போதும் நீ
இறக்கம், இறை சிந்தனை கொண்டு
இன்முகத்துடன் இரு
உன் இதயமாகிய - நான் இன்னும் பலப்படுவேன்.
அதிகம் கோபம் கொள்ளாதே
அதனால் அல்லல் படப் போவது நான் தான்.
பிரச்சனையை எண்ணி கவலை கொள்ளாதே
அதனால் பாதிப்புக்கு உள்ளாவது நான் தான்.
எவர்க்கும் தீங்கு செய்யாதே
அத் தீங்கினால் எதிர் வினைப்பட்டு
பாதிப்புக்கு உள்ளாவது நான் தான்.
ஆதலால், அனைவரிடத்தும் அன்புடன் பழகு
ஆசையை துறந்து நில் இறக்க குணம் கொள்
ஈகை நெஞ்சம் கொள் உள்ளத் தூய்மை கொள்
உணற்சி வயப்படாதே
ஊராரை மதித்து நட
எல்லோரிடத்தும் நேசம் கொள்
ஏற்றமான எண்ணம் கொள்
ஐயம் தவிர்த்து நில்
ஒருமை கொள் மனதை
ஓம்கார பிரணவம் சொல்
அனுதினமும் இது போல் இருந்தால்
ஔடதம் அரவே தவிர்த்து
ஆரோக்கியமாக இருப்பேன் நான்.

கவிஞர் ஸ்ரீ காமதேனு

காதலின் ஏக்கம்

என் உதிரமே!
மேகம் மேகத்தை தூது விடலாம் என்றால்!
அதுகூட சலித்துக் கொள்கிறது
எத்தனை பேருக்கு தூது செல்வதென்று!
தூதாக நீ வருவாயா? என் அன்பே
உன்னை தொட்டு வரும்
காற்றாவது எனை தீண்டும் என்றால்!
அது கூட எதிர் திசையில் தான் அடிக்கிறது
காற்றாக நீ வருவாயா?
என் அன்பே! நீயும் நிலவும் ஒன்றுதான்
நிலாவின் ஒரு பக்கத்தை தான் பார்க்கிறேன்
'ஆனால்' உன்னால் உன்னுடன்
இந்த உலகத்தையே பார்க்கிறேன்
'உன்னை நான் அறிவேன்'
உண்மையை மறைக்க நீ ஊமையானால்,
உள்ளத்தின் வார்த்தைகளை
உன் விழிகள் சொல்லிவிடும்!
என் இதயம் உடலுக்கு வெளியே இருந்தாலாவது,
அது துடிக்கும் ஓசை
உனக்கு கேட்டுக் கொண்டே இருக்கும்
இதயமாக நீ இருப்பாயா என் அன்பே
உனக்காக, உன்னை தொட்டுச் செல்லும்
காற்றைக் கூட சிறையில் இடுவேன்
அதற்கு உருவம் ஒன்று இருந்தால்!
அன்பே! இயற்கையை நேசி இதயம் சுத்தமாகும்
என்னை நேசி கவிதை கிடைக்கும்
உன்னை நேசி உண்மைகள் புரியும்
வாழ்க்கையை நேசி வானம் தெரியும்
நிலவை நேசி நினைவுகளோ இனிக்கும்

கதிரவனை நேசி விடியல் கிடைக்கும்
நாவை நேசி நல்ல வார்த்தைகள் பிறக்கும்
உழைப்பை நேசி உயர்வு நிச்சயம்
ஆனால் அன்பே! என்னை நேசித்தால்
என் உயிர் உனக்கு நிச்சயம்
நிச்சயிப்பாயா ?
எப்படி தாங்குவது,
என் பின்னால் நிழல் கூட
என்னை இப்படி ஏசுகிறது என்று!
அதற்காக அந்த சூரியன் அஸ்தமிக்குமா?
கடல் அலைகள், ஏன் கரை அடைகிறது
என்பது உனக்குத் தெரியுமா?"
எனது காதலை உன்னிடம் சேர்ப்பதற்கு
ரசிகையே பார்ப்பவர்கள் எல்லாம்
உன்னை ரசிக்கிறார்கள்!
'ஆனால்' உன்னிடம் அந்த ரசனையே இல்லை
இதைக்கண்டு மேகம் கூட அழுகிறது
வாழ்வதற்கு துனிந்த நான்!
சாவதற்கும் துணிந்து உள்ளேன்!
சிலதை அடைந்தேன் பலதை இழந்தேன்"!
'இதில் நீயும் ஒருத்தி'
பூமி உள்ளவரை நம் சினேகம் அழியாது
என் உயிர் உள்ளவரை என் நெஞ்சத்தில்
நீ இருப்பாய்!
என் அன்பே! என் ஆருயிரே!

ஜா.மிடோமி அக்சல்

நட்பு

முதன் முதலில் பள்ளியில் கால் வைத்தவுடன்
தடுக்கி விழுந்தேன்!!!
ஒரு கரங்கள் என் பக்கம் வந்தது
எந்தன் கை தானாக
அந்த கையை பிடிக்க முன்வந்தது
அந்த கையை பள்ளி பருவம் மட்டும் அல்லாமல்
வாழ்க்கை முழுவதும் பிடிக்க வேண்டும் என்று
தோன்றியது
இறுதியில் தான் தெரிந்தது..
அந்த கை தான்
இறுதி வரை நட்பாக என்னுடன் வர இருக்கிறது என்று
ஆம்.. அந்த கை என் நண்பன் தோழன் உடைய கை

யோ.ஜனனி

மழையில் நான் மழலையாய்!

கார் மேகம் சூழ்ந்த அந்தி வேளையில்
கொட்டும் மழை தாளமிட்டப் பொழுதினில்
தேவதையே
உன் பின்னே நானொரு மழலையாய் உணர்ந்தேனடி
கொட்டும் மழையில்
நானொரு துளி நீராய் மாறி
உன் உச்சந்தலையிலிருந்து
உள்ளங்கால் வரை சென்று
என் உயிர் தொலைத்தேன் கண்மணியே
வீசும் வாடைக் காற்றினில் மெய் சிலிர்த்து
இது கற்பனையென்று உணர்ந்து வருந்தி
இந்நிறைவேறா ஆசை நடக்குமோ?
என எண்ணி காத்திருக்கும் மழலையாய் நான்!

பே.நா.ஈஸ்வர பிரியா,

அந்தம்

பூட்டிய கிணற்றின்
புழுதியூற்றைக் கிளப்பும் மழையாய்
உள்ளத்தை உலுக்கும் நிகழ்வுகள்

கருப்பையை முட்டி
வெளியே வரும் குழந்தையாய்
வலி கொடுக்கும் சுகங்கள்

தீக்குச்சி நுனியில்
நகம்தொட விரையும் தீயாய்
விரல் வெடுக்கும் நினைவுகள்

முகம் புதைத்தழுக
கண்ணீர் உறிஞ்சும் தலையணையாய்
மடி தரும் நட்புகள்

கண்ணில் படாத
சிலந்தியின் வலையறுத்த
கைகளாய் காற்றில் உதறிடும் உறவுகள்

ரோஜாவின் இலையில்
பருவமாகும் கூட்டுப் புழுவாய்
நம்பிக்கையில் வாழும் காதல்கள்

வானத்தைக் கவர
பேராசைக் கொள்ளும் பறவையாய்
எண்ணம் சூழும் பல ஆசைகள்

இவையெல்லாம் அடங்க
மார்கழித் திங்களில் பொழியும்

ஒரு பனித்துளியாய்
மனிதரின் வாழ்க்கை
முள்ளில் முடிந்தால் என்ன!
புல்லில் முடிந்தால் என்ன!

தர்ஷ்னி அசோகன்

உணர்வையும் உயிரையும் உரிமையாக்கிய இதயம்!

அன்பு செலுத்தும் உள்ளங்கள்
ஆயிரம் இருப்பினும்,
உனது அன்பு உள்ளமானது
ஓர் அதிசயமானதோ என்னவோ,
அமைதியாக இருந்த என் இதயத்திற்கு
அன்பின் ஆற்றலை அதிகம் கொடுத்து!
நித்தமும் உன்னை மட்டுமே நேசிக்க வைத்து!
எனக்குள்ளே உன்னை வாழவைத்த!
கனவுகளிலும் கூட
நீயே என் கதாநாயகியாக வந்து!
நீ எங்கிருந்தாலும்
உன் நீங்கா நினைவுகள் எனக்குள் இருந்து!
அழகுக்கும் அழகு சேர்க்கும் உன் முகமும்!
அளவை தாண்டிய அன்பு
கொடுக்கும் உன் குணமும்!
மகிழ்ச்சியை எனக்காக கொடுக்கும்
உன் மனமும் என் உணர்வையும்,
உயிரையும் உரிமையாக்கி கொண்டதே !

நெல்லை சதிஸ்

நிராகரிப்பு

அடுக்குப்பாறையாய் அழியாமல் இருக்கிறது
எனக்கான உனது நிராகரிப்பு
உளி போன்ற உன் வார்த்தைகளை
பூமியில் புதைத்தேன்
முளைத்து நிற்கிறது மீண்டும்
தீயிலிட்டு பார்க்கிறேன்
சாம்பலாய் ஒட்டிக்கொள்கிறது
என் நெற்றியில்
கடலில் வீசி எறிந்தேன் அலைகளாய்
சுழன்றது எனக்குள்
தொலைத்து விடலாமென
வனங்களை கடந்தேன்
நினைவுகள் பின்தொடர்ந்து வந்தன
நீ மட்டும் கடந்து போகிறாய்
வனந்திப் பறவையாய்.

முனைவர்.கவிஞர் ரெ.வனிதா

காற்றலைக் காதலே

வானலை சாரலாய்
வாட்ஸ் அப்பின்
வாசலால் இதயவறையில்
இனிதே நுழைந்தவளே
தொலைதூரம் இருந்து
தொலைத் தொடர்பால்
காதல் கொண்டாய்
கானலையாய் நீ கலையாமல் இன்னும் கூட//

கண்ணேட்டா கன தூரம்
காதலோடு கரைபவளே
உன்னுருவம் காணவில்லை
காண எண்ணும் போது
உன் விம்பம் காணுகிறேன்
போன் திரையில்
இது எனக்கு சோதனையோ

நாள் பொழுதும் உன் நினைவால் அலைகிறேன்
வேறுலகம் தொலைகிறேன்
நினைவுகளோடு நான்
ஒரு முறை உன் முகம் காண
பலமுறை பதைக்கிறேன் நாள்தோறும்
என் காதலே என் காதலே
இது கூட இதம்தானே
இன்ப சுகம்தானே
பல எண்ணம் நெஞ்சமதில்
அது பலிக்கும் நாள் எதுவோ?

வந்துவிடு என்னருகில்
தந்துவிடு ஒரு முத்தம்
தூது சொல்ல ஏதுமில்லை

தூர நீயும் இருப்பதனால்
ஆதலால் கவி பாடி காற்றலையை நேசிக்கிறேன்
உன்னருகில் நான் இருந்து
உன் அழகை ரசிக்க வேண்டும்
உன்னோடு நான் சேர்ந்து
உலகெங்கும் பறக்க வேண்டும்

வாயூற வைக்குதடி வடிவான எண்ணம் வந்து
வார்த்தையாடி வாழ்வோமா

வானவில்லின் வண்ணம் சூடி
இளையவளே என் இனியவளே
நான் துடிக்கும் சத்தம் எல்லாம்
உன் ஓசை இப்படிக்கு நான் இதயம்

M. Rakuvaran (கானகப் பித்தன் ராகுல்)

முகவரியினைத் தந்த காதல்

கன்னத்தில் இட்ட முத்தத்தின்
ஈரம் இன்னும் அழியவில்லை!
ஆனால், மழலையுடன் தொடங்கிய விடியல்கள்
எல்லாம் கரை ஒதுங்கிய பின்னும்
துள்ளி குதித்து ஓடிய
சிவந்தக் கண்ணத்தின் சொந்தக்காரி
நாவற்பழ கண்ணழகி
சுற்றி சுற்றி வலம் வந்து
கரம் கோர்த்துச் சென்ற நேரங்கள் யாவும்
ஓடிய ஓடா கடிகாரத்தில் ஓய்ந்து ஏனோ
நரைமுடியின் தோற்றம்
எந்தன் வயதினை விவாதிக்க
இடைப்பட்ட காலத்தில்
நாழிகையின் ஓட்டம்
கம்மங்கூழில் நீசலாட்டம்
தென்னந்தோப்பில் ஊசலாட்டம்
வயதில் வந்த வரம்பு
காதலில் ஏக்கம் கடந்த வரம்பற்றானது!

ப.ஹரிணி(kaviyin_kadhali)

புலம்பல்

ஏ மனிதா.....
நீ செய்த தவறுக்கு நான் பதைபதைக்கிறேன்
உன்னிடம் மாட்டிக்கொண்டு சிதைவுறுகிறேன்
மிருகத்திடம் உள்ளதெல்லாம் உளமகிழ இருக்கிறது
உன்னுள் இருக்கும்
நான் மட்டும் மிருகமாய் இருக்கிறேன்
தான் பெற்ற குழந்தையையே நுகர்ந்து பார்க்கும்
அழுக்கான உடம்பிலா உறைந்துள்ளேன்?
இச்சைக்காக தன் கணவனை கொல்லும்
துச்ச உயிருக்கா துணையானேன்?
புனிதமான என்னை
உன் புத்தியால் புண்படுத்தி விட்டாய்
அக்கிரமங்கள் நிறைய செய்து
வக்கிரங்களால் என்னை மூழ்கடித்து விட்டாய்
ஏ கடவுளே!
இந்தப் பாழாய்ப் போன மனதிற்கும்
எனக்கும் ஏன் தொடர்புப்படுத்தினாய்?
உனக்கு இதயமே இல்லையா?
அப்படி இருந்தால் அதனிடம் கேட்டுப்பார்
இனி எந்த யுகத்தில்
எனக்கு சாப விமோசனம் அளிப்பாயென
கேட்டுப் புலம்பும்
ஆறறிவு மிருகத்திற்கு வாக்கப்படுவதற்கு
ஐந்தறிவு மிருகத்திற்கு வாக்கப்படுவது மேல்
ஏ கடவுளே!
இப்பொழுது நான் கேட்கிறேன்
இனி எந்த யுகத்தில்
எனக்கு விடுதலை அளிப்பாய்?
என் கணக்கை முதலில் தீர்த்துவிட்டுப் போ

செல்வி .கோ. சரண்யா,

சொல்லாத காதலும் இன்பமாய்!

முன்னொரு காலத்தில்
சொல்லாமல் சென்ற காதலை
சொல்லிவிட ஏங்கும் உள்ளத்திற்கு
எங்கே தெரியப்போகிறது அவள் இல்லையென்று
துணையின்றி எந்நிழலும்
வயதாகி தள்ளாடியப்படி நடக்கும் உடம்புக்கும்
ஒவ்வொரு நாளும் எங்கே உணரபோகுது
உறங்காத நினைவுகளால் மூன்றாண்டு காலமாக
தொலைவிலே பார்த்தவளை
தொடர்பு எண் கிடைத்து
உள்ளம் நடுங்கும் அழைப்பில்
அழைத்துப்பேசி தொடராமல்
அனுப்பிய குறுஞ்செய்தியில்
உறங்கி கணக்கும் என் உள்ளத்திலிருந்து
எதிர்கால வாழ்க்கையை உறவுகள் கேட்டு கேட்டு
சுமைகளை நினைவூட்டும்
சொல்லாத ரகசியத்தை
என் சிநேகிதியிடம் காதலை சொல்லாமல்
என் கனவு ஆசைகளை கொட்டி தீர்த்து
உரையெழுதி அனுப்பிய புலனத்தில் –
உள்ளம் புலம்பிய குறுஞ்செய்தியை
ஊருக்கே வாசித்துவிட்டாள்
அன்றிரவு திட்டி தீர்த்த முதல் தொலைபேசி
அழைத்த அழைப்போடு
அவள் பேசாமல் தொடர்பு முறிந்திட
ஊருக்கு தெரிந்த காதலில்
உன்னுறவுக்கும் தெரிந்த காதலாய்
உன்னுள்ளம் உணராமல் போக
என் சிநேகிதியே கேள்
பார்த்த பார்வையோடு எந்நீங்கி சென்றவளே

நான் கொண்ட காதல் உனக்கு தெரிந்தபின்னும்
என்னுள்ளத்தின் ஓரத்தில் நினைவால் உயிரானாய்
இணையத்தோடு முடிந்த
இரு(யி)தயம் கொள்ளாத என்னுள்ளே
காதலாக நினைவுகள் நீங்காமல் கணக்கும்
இரவுகளில் கண்கள் கலங்காமல்
சுகமான காலங்களாய் என் சிநேகிதியை
நினைத்து நினைவூட்டும்
அவள் முதல் பார்வையிலும்
முடிந்த குறுஞ்செய்தியை
பார்த்து பார்த்து முடியுமென்
சொல்லாத காதலும் இன்பமாய்.!!

அன்பரசு மணி

மங்கையராய்ப் பிறப்பதற்கு

பிறந்தேன் என்றறிந்தும்
வந்து பார்க்கவே இல்லை
ஐந்தாவதும் பெண்ணாய்ப் பிறந்ததால்
அப்பாவின் கைகள்
அடித்தோ அணைத்தோ இதுவரை ஞாபகம் இல்லை
அப்பா அடித்தால் காய்ச்சல் வந்துவிடும் என்ற
அம்மாவின் வார்த்தை அப்பாவைக் கட்டுப்படுத்தவா
எங்களைக் காப்பாற்றவா
இதுவரை புரியாத புதிர்
பள்ளிப் படிப்பே பெண்களுக்குப் போதும் என்ற
அப்பாவின் எண்ணத்தை மாற்றியவர்கள்
அக்காவும் நானும்
பள்ளியிலும் சரி கல்லூரியிலும் சரி
எனக்காக வந்தபோதும்
அக்காவை மட்டுமே புகழும் அப்பா
முதுகலைப் படிப்பிற்காய் அடம்பிடித்த போது
வரன் முடியாததால்
கல்வி வரம் தந்த அப்பா
எப்போது மணம் முடித்து
வீட்டை விட்டு அனுப்பலாம் என்று
புலம்பும் அப்பாவுக்கு
நான் எப்போது முதல் முக்கியமானவளானேன்
கல்லூரி ஆசிரியரான பொழுதா
பலருக்கு வீட்டில் பாடம் நடத்திய பொழுதா
படிப்புக்காகத் தனியாகப் பயணித்த பொழுதா
சுவையாகச் சமைத்த பொழுதா
புரியாத புதிராக இன்றுவரை
பட்டணத்தில் பணி கிடைத்த பொழுதா
தொலைக்காட்சி வானொலி புத்தகம் மேடை என்று

வரிசையாய்ப் பிறர் பார்வை பதிந்த பொழுதுகளா
புரியாத புதிராக இன்றுவரை
தொழிலுக்கு ஓய்வென்று அப்பா
என்வீட்டுக்கு வந்த நாளில் தான்
குழந்தையாய் மாறியதை உணர்ந்தேன்...
கல்லூரி முடித்து வரும் போது
வாங்கி வரும் பண்டத்திற்காய்க் காத்திருப்பது
நாளைக்கு என்ன சமையல் என்று
வாய் ருசிக்காய் கேட்கும் அப்பா
கால மாற்றத்தில் மழலையாய் மாறிய அப்பா
தாயாய்த் தோழியாய் மகளாய் மாறிய நான்
இறுதி நாளில் அப்பா காதில்
"அம்மாவை நான் பாத்துக்கிறேன்பா" என்று
மட்டுமே சொல்லத் தெரிந்த நான்
அப்பா வார்த்தையாய் மாறிய நிமிடம்
கடைக்குட்டி தலைமகளாய்ப் பொறுப்பேற்க
மங்கையராயப் பிறப்பதற்கு மாதவம் செய்திட
வேண்டுமம்மா
வார்த்தையில்லை உண்மை !

முனைவர் கோ.பத்ம விலாசினி.

உறையும் பனி

காலை ஐந்து மணி
மார்கழி என்பதால் யாவும் உறைந்திருக்க
அவள் மட்டும்
நகரும் பாதரசமாய் உலாவளானால்

அவள் படுக்கையில் இருந்து
எழுந்தவுடன்
அறை முழுக்க ஒளி வீச
என் மனம் எங்கும் பரவசம் பரவியது

ஊரே புரண்டு படுத்து இழுத்து மூடித்தூங்கும்
அவ்வேளையில் நான் மட்டும் எழுந்து
போர்வையை மூடியபடி
வீட்டின் முன் உள்ள வாசற்படியில் அமரலானேன்

குளித்த ஈரத் துண்டு கட்டிய கொண்டையுடன்
ஒரு நிறைகுட நீர் எடுத்து
தெரு முனையில் உள்ள
பிள்ளையார் கோயில் நோக்கி புறப்பட்டாள்
அவள் பிள்ளையாரை சுற்றும்
ஒவ்வொரு முறையும்
என் மனம் அவளை சுற்றியது

கோயில் முடித்து வீடு வந்து
கோலப்பொடி எடுத்து வாசல்முன் அமர்ந்து
அவள் கோலம் போட
என் மனம் தாளம் போட்டது

ஈரம் கொண்ட தேகத்தில்
ஆங்காங்கே தேகம் இடறினால்
தற்கொலை செய்து கொள்வோம் என்று
மிரட்டும் நீர்த்திவளைகள்

அவள் போட்ட கோலப்பொடியினை
எறும்பு மொய்க்க
என் மனம்
அவளை மொய்க்கத் தொடங்கியது

அவள் கோலம் போட்டுவிட்டு
வீடு திரும்புகையில்
முன்னிருந்த ரோசா மலர்கள்
தங்களுக்குள் சண்டையிட்டு கொண்டிருந்தது
என்னை பறிப்பாள்
உன்னைப் பறிப்பாள் என்று
அவள் பூ விடுத்து
என் மனம் பறித்து சென்ற கதை யாரறிவார்?

Thangam selvaraj

வன்புணர்வு கொள்ளப்படும் மழலைகளாகிய நாங்கள்

கையசைத்து கூப்பிட்டு
சாக்லேட் கொடுத்து
கண்காட்சி பார்க்க போகலாம்
வரியா என்று அழைத்தபோது
பக்கத்து வீட்டு பாரிசாத மாமா என்றே
நம்பி வந்தேன்

வாய் பொத்தி கண் மறைத்து
குண்டு கட்டாக தூக்கும் போது
எப்போதும் போல் விளையாடும்
எதிர்வீட்டு இளவரசன் அண்ணன் என்றே
பரவசம் கொண்டேன்

நான் கத்தி கூச்சலிட
கரம் பிடித்து கண்டித்து
கண்ணீர் துடைத்து
உபதேசம் செய்த போது
பள்ளி தமிழ் ஆசிரியர் என்றே
சற்று ஆறுதல் அடைந்தேன்

தலையில் குட்டு வைத்து
அதெல்லாம் ஒன்னுல்ல சும்மாதான் என்று
நகைப்போடு பேசி நஞ்சு செலுத்தும் வரை
பள்ளியில் பயிலும்
பண்ணிரெண்டாம் வகுப்பு சக மாணவன் என்றே
தைரியம் கொண்டேன்

எல்லோரும் என்னை சூழ்ந்திருக்க
நான் நடுவில் அமர்ந்திருக்க
உறவுகள் சூழ
பாதுகாப்போடுதான் இருக்கிறேன் என்று சற்றே
சமரசம் கொண்டேன்

என் ஆடை களையும் வரை
என்னை வாரி எடுத்து கொஞ்சி குலாவி
மோகம்கொண்டு கட்டியணைத்து
உச்சந்தலையில் முத்தம் வைத்து
பெருமூச்சு விடும் வரை
என் தந்தை என்றே பெருமிதம் கொண்டேன்

நகம் கொண்டு என் தேகம்
கிழித்து உதிரம் சொட்ட
உந்தி உறவுவென்று
வன்புணர்வு கொண்ட போதுதான் தெரிந்தது
இவர்கள் வெறி கொண்ட
மிருகங்கள் என்று

மீதம் கொண்ட என்னை
நான் கொஞ்ச கொஞ்சமாக இழந்து
தெய்வமாக மாறிக்கொண்டிருக்கும்
என் ஞானக் கண்ணுக்குத் புலப்படுகிறது
அடுத்த தெருவில் என்போல்
ஒருவள் தெய்வமாகிக் கொண்டிருப்பது

வரும் காலம்
என் தேசம் பெண் மழலைகள் அன்றி
பெண் தெய்வங்கள் வாழும் தேசமாகும்
,சற்றே காலம் தாழ்த்தி
அத்தெய்வங்கள்
கொற்றவையாகவும் அவதாரம் எடுக்கலாம்.

Thangam selvaraj

நீயா என்னவள்.

அன்பே ஏன் இந்த மௌனம்
என்னை அணைக்காமல் இருந்தது போதும்
பனிப்பொழுதாய் இருந்த அன்றோ
பசலை வந்துன்னை பற்றிக்கொண்டதே
நான் கற்ற காதல் தமிழினில்
நன்மருந்து பல கொட்டித் தீர்த்தேன்
அவை அருந்தி முடித்துன்
இதழ்கள் துடைத்து என்னை அழுக்கென
ஒதுக்கிச் சென்றது ஏன்?
அழுத்தமாய் நீ பதித்த சுவடெலாம்
நள்ளிரவில் நித்தம் எனை எறிக்கிறதே
என் காதல் கவிதையாய் வடிகிறதே

அருண்குமார் உறையூர்

புலராத காலை

பூத்திருந்த புது மலரெலாம்
உன் புன்னகையின்
பொலிவு கண்டு போதாகிப் போனதடி
அமுதுண்ணச்சென்ற வண்டினங்கள்
அதிசயித்து வெளிவந்துன்
அழகிய வதனம் கண்டனவே!
அமுதுண்ண விரைந்தனவே!
உன் இதழ்களை நீ மூடிக்கொண்டாய்
அவை என் செய்யும் இளமாங்கனியே?
உன் கூந்தலில்
கொஞ்சமாய் பூத்த மல்லி மலர்களுள் புகப்
போரிட்டு மாண்டனவே !

அருண்குமார் உறையூர்

இல்லம் இல்லையே

காலை முதலே வாட்டிய கதிரவன்
காட்டிய நரகத்துள்
மூழ்கிய நகரத்தில் விரைந்தெளும் கட்டிடம்
அவன் வரைந்தபடி
வளர்த்தபின் சாலையின் ஓரமாய்
தலை சாய்த்து கிடக்கிறேன்
நான் சந்திர ஒளியினில்
நனைந்து கொண்டு இருக்கிறேன்
எங்கிருந்தோ வந்த முகில் கூட்டங்கள்
இருள் கொடுத்து
எங்கள் முகம் நனையும் வண்ணம்
சிறிதாக தூறும் போதே
பதுங்கும் எலிகள் ஆயினர்
என் பெயர் தெரியாத பங்காளிகள்
ஒதுங்க இடம் தேடி
நானும் நனைந்தபடி நடக்கிறேன்
இந்த இரவினையும் கடக்கிறேன்.

அருண்குமார் உறையூர்

உயிரே பிரிந்ததேனோ?

உந்தன் விழிகள்
என்னில் வெளிச்சமென
குளிர் காய்ந்தேன்
உந்தன் கூந்தல்
நான் கலைத்து விளையாடும்
சிநேகம் கொண்டேன்
உந்தன் கரங்கள்
எந்தன் அரவணைப்பென நடந்து திரிந்தேன்
உந்தன் மார்பு எந்தன்
மஞ்சமென கிறங்கி கிடந்தேன்
உந்தன் இதழ்கள்
எந்தன் மருந்தென
நான் இளைப்பாறிக் கொண்டேன்
உந்தன் பாதை என் வாழ்வென
உடன் வர நினைத்தேன்
எந்தன் வாழ்வு நீயென
கண்மூடித்தனமாய் வாழ்ந்து வந்தேன்
இதயம் முழுதும் நீ திரிய
நீ மட்டும் உயிர் நீத்தது ஏனோ?

சரண்யா தேவி குமரவேல்

இப்படிக்கு நான்

நிசப்த நதியில் நீந்திக் கொண்டிருக்கும்
உன் நினைவுகளின் ஓலம்,
ஒதுங்க நான் எத்தனைக்கையில்
பதுங்கிப் பாய்கிறது
நின் நினைவில் ஊறிய
இருமுனை கத்தி
தவிர்க்க பிடித்தால் கைகளை கிழிக்கும்
தயாராகி பதம் பார்க்கவிட்டால்
மார்பை கிழிக்கும்
விரல் கொண்டு நீ வருடிய கூந்தலில்
விநோத சிக்கல் இன்று
விழி கொண்டு நீ எழுதிய கவிதையில்
திருத்தமுடியா பிழை ஒன்று
இதழ் கொண்டு நீ தடவிய கன்னங்களில்
கண்ணீரின் கீறலும் காயங்களும்
உன்னை தாங்கி இதயத்தில்
ஊனம் வந்தாயிற்று
துடிக்க கூட தூண்டுகோல் வேண்டுமாம்
இன்னும் எத்தனை எத்தனை நாள்
நான் தூங்காமல் தூண்டுவது
தூண்டுகோலாகி துடிக்க வலியுறுத்தி என்று
சலித்து கொள்கிறேன்
நீ வா வெகுவில் பிழைத்துக் கொள்கிறேன்

ஞாழல்

சிந்தனக்காரனுக்கு (மூளை)

எப்படி?
அப்போதிருந்தே இப்படி தானா
இல்லை, எப்போதுமே இப்படித்தானா?
நினைப்புக்கெல்லாம் நிராகரிப்பு.
கனவுக்கெல்லாம் கடிவாளம்.
ஆண்களின் நட்பு, ஆகாதென்றாய்
காதல் கொண்டேன்,
கடமை என்றாய்
குறிக்கோள் சொன்னேன்,
நடப்பதைப் பாரென்றாய்
பிடித்ததை செய்தேன்,
பின்னுக்கிளுத்தாய்
ஏனென்றால் எதார்த்தம் இதுவாம்
சமூகம் ஏசுமாம்.
நான் நினைப்பதே கனவுதானா...
முரண்பாடாக முட்டிக்கொண்டால்
மிஞ்சுவது என்ன?
எதார்த்தத்தை கட்டிப்போட்டு
என் இச்சைக்கு சிந்தி!!

அ.யுவலெட்சுமி

தனிமை ஒரு வரம்

வாழ்வில் நான் கேட்ட
மிகப்பெரிய வரம்!
அதை அடைய
தினம் புரிகிறேன் தவம்!

தனிமை என்னும் தவம்!.
அது ஏனோ தெரியவில்லை,
சில நாட்களாய் தனிமையே
இனிமை ஆகின்றது!

தவமே வரமாகின்றது!
வரம் கேட்டு தவம் புரிந்த
எனக்கு தவமே வரமானது!
தனிமையே துணையானது!
என்றும் மகிழ்ச்சியானது!.

மீ.அனு

நான் ஒரு மரம்.

நலம் விசாரிக்க ஒருவனும் இல்லை!
நான்கு துண்டாக வெட்ட
அனைவரும் இருக்கின்றனர்!
தண்ணீர் ஊற்ற யாரும் இல்லை!
தனித்தனியாக எங்களைப் பிரித்து
பணமாக்க யாவரும் உள்ளனர்!
கனிவாய் பேச ஒருத்தரும் இல்லை!
கனிகளைப் பறித்து உண்ண அனைவரும் இருக்கின்றனர்!
இலைகளைப் பாதுகாக்க எவரும் இல்லை!
இளைப்பாற எல்லாரும் இருக்கின்றனர்!
விதைகளை விதைக்க யாருமில்லை!
வீரவசனம் பேச யாவரும் உள்ளனர்!
இருப்பினும் கொடுப்பதை கொடுப்பேன்
இருக்கின்றவை இழக்கும்வரை!

மீ.அனு.

கானல் நீரே!

மழைதுளியாய் துள்ளி ஓடும் மனமோ!
தவளையாய் குதித்து ஓடும் கால்களோ!
நினைவுகள் பதித்த விழிகள்
கலங்காமல் கலங்கிடுதே
சிதறிய கண்ணாடி துகளைத் தேடியே!
சினங்கொள்ளும் சிங்கமும் கர்ச்சிக்கும் யானையும்
நினைவின்றி வாட்டம் கொண்டதே
ஓர் வார்த்தையின் கதைப்பில்
கதைகள் வளர்ந்த நாட்கள்
வெற்று காகிதமாய் போனதே
ஒன்றாய் உரையிட்ட நேரங்கள்
கூட கோரமாய் என்னை பார்த்திடுதே
கானல் நீராய் மாறிடவே
இதயம் ஏதோ சொல்லிடுதே
காயம் ஆற்றிட கடலிடம் மொழிந்திட
அதுவோ கேளி செய்யுதே
நானோ பேதையாயிட
மதியிழந்திட மனமோ கலங்கிட
அறிவுரைகள் பெட்டகமாய்
நீயின்றி நான் மாறினேனே
என் தோழியே!

மயூரம் (நந்தினி வரதராஜ்)

நட்பினையின் இதய நெருடல்!

பத்து மிளகாய், மெருகேற்றலினால்,
மெதுவாய் வந்த கண்ணீரா?
வீட்டிலிருந்து விரைந்த பொழுது,
விபத்து நடந்த சகுனத்தினால்,
வந்த மனசஞ்சலக்கண்ணீரா?
சிலரைக் காணுகையில்,
சிற்றின்பம் கூட சிதறும் நிகழ்வுகளை கண்ட,
மனப்போராட்டக் கண்ணீரா? என,
இனம்புரியா சோகமான,
கண்ணீரின் காரணத்தை,
காணத் துடிக்கும் இதயம்,
கண்ணீரை கானல் நீராக்க,
காணத் துடிக்கும் இதயமாய்ப் போனது!
இனம்புரியா கண்ணீருக்கு,
இதமான விடை, விடைபெற்ற நட்பு!
நட்பான நாட்களின் நினைவுகளை,
முன் கூறிய நிஜமான நினைவுகளில்,
காணச் செய்த சிறுஉதவிகள்,
நட்பின் வாசனையின்,
நினைவுறுத்தலினால் வந்த கண்ணீரா?
என ஒரு இதய நெருடல்!
கண்ணீர் வந்தாலும், கானல் நீரானது,
இதயத்திற்குகந்த, இனிதான உதவிகளை,
விழி விரிந்து விமர்சித்ததால்!
இதயம் பேசுகிறது,
ஆழ்மன உணர்வகளோடு,
ஆழமான நட்புறவின் நினைவுறுத்தலை
இதயம் இகமாளச் செய்கிறது,
நட்பின் வசந்தகால, வாசனைகளை!

இடைவிடாது, தூண்டில்போட்ட,
நட்பின் நினைவலையினால்,
இகமாளும் இதயம், இறுதியாக கூறியது.
வசந்தகால வாசனையை
சந்திக்க சந்தர்ப்பம் கிடைக்குமா என?
நிறைவேற்றத் துடிக்கும்,
நட்பின் நிகழ்கால நிஜங்கள்,
ஒருபுறமிருக்க;
பழைய நட்பின் நடப்பினையின் நிகழ்வுகளை,
தற்போதைய நிகழ்வுகளில்,
தவணை முறையில்
ஒப்பிட்டுப் பார்க்கும் மனம், ஒருபுறமிருக்க;
நட்பின் நடப்பு நிகழ்வுகளில்,
பிரிந்த நட்புறவு விரிசல்,
விடைபெறும் தருணமதில்
மன்னித்து உறவாடிய உன்னத உறவு,
ஒருபுறமிருக்க; இவ்வாறு, பல மனங்கள் இணைந்து,
பழைய மாணவர்கள்
சங்கமைப்பு முறையில்,
நட்பு வட்டமேசை மாநாடு!
நினைவுகளை, நிகழ்காலமாக்க,
துடித்த மனம், தற்போது, நிகழ்காலத்தில்
நின்றுகொண்டு,
நட்புறவுகளை உபதேசித்த படி!

தே.லூவியா வின்சி.

ஓயாத மனக் குமுறல்

நானும் ஒரு நங்கை தான்
அதனால் தானோ என்னவோ
என்மேலே தனிப் பார்வை
உங்களுக்கு என் உடலில்
வெளித் தெரியாத இடங்களில்
உங்கள் கண்களை மேய விட்டிருக்கிறீர்கள்

சீதையாய் இருந்தேன்
அனல் மேடையில் நடனமாட சொன்னீர்கள்!
திரௌபதையாய் இருந்தேன்
அவை நடுவே ஆடைகளைய செய்தீர்கள்!
கண்ணகியாய் இருந்தேன்
கண்ணீரை பரிசளித்தீர்கள்!
மாதவியாயும் இருந்துவிட்டேன்
மாற்றம்தான் ஏதுமில்லை

கதிரவன் கண்ணில்படும் முன்பே
எழுந்து அந்தியில் அவன்
காணாது போகும் வரை
நானும்தான் உழைக்கிறேன்.
இருந்தும் ஊதியம் இல்லை என்றா?
என்னை ஒரு பொருட்டாயும் மதிப்பதில்லை
பாவைக்கு படிப்பெதற்கு என்கிறீர்

அழகு என்ற சொல்லைக்கொண்டே
அடிமைப்படுத்தி விட்டீர்
பிறந்து வளர்ந்து,
பெற்று வளர்த்து ,பேரரை வளர்த்து
இப்படியே முடிகிறது எம் ஊழிக்காலம்

இந்தப் பெண்ணுரிமை அரங்கில்
என் குரலே முதலல்ல
வன்முறை, வன்புணர்வு,
துன்புறுத்தல், துஷ்பிரயோகம் என்ற போர்வையில்
இதுவே இறுதியாக கட்டும் எனத் தொடரும்

சமூக கட்டுக்களை தகர்த்தெறிந்து வெளிவரும்
ஒருசில குற்றச்செயல்களை விரட்டியடிக்க
ஓங்கி எழுந்து கானல் நீராய் காணாது போன
அத்தனை குரல்களின் பின்னால் தான்
என் குரலும்

மாறாத உலகில் மாற்றம் ஒன்றே கேட்டிங்கு
மாதம் மாதம் போராடியும் பயன் என்ன?
ஓயாது கயவர்களும்
ஒழியாது தவறு செய்ய
சட்டங்களும் சடலமாய் கிடக்கின்றது.

ஆறு முதல் அறுபது வரை
பெண் என்ற காரணத்தால்
கயவர்களின் காமப்பார்வை
அத்தனை உயிர்களையும் காவு வாங்கிக் கொள்கிறது.

மாதர் இன்றி இந்த மாவுலகு இல்லை.
மடமை மாந்தர்க்கு அது புரிவதில்லை .
பனங்கன்று என்றால் மண்ணெண்ணெய்!
பெண் பிள்ளை என்றால் கள்ளிப்பால்!
தாய் வழி சமூகமாய் இருந்தோம்.
தாரைவார்த்துக் கொடுத்து விட்டோம்
தவித்த வாய்க்குத் தண்ணீர் கேட்டே
சமத்துவம் என போராட வேண்டும்.
நாணுதல் பெண் குணமாம்.
பெண்ணென்று நாணவில்லை!
இம்மண்ணில் பிறந்ததால் நாணுகிறேன்!
நானும் ஒரு நங்கை தான்

நிறோஜினி வினாயகம்

"மலருமா? என் நினைவுகள்"

என்னவளே,
இடி மின்னல் இடையில் மின்மினிப்பூச்சி அவள்
பூச்சியாக மலர்வாயா?
பார்க்கப் பூவானவள் பூவாக மலர்வாயா..?
படிக்க இதமானவள்
இதமாக என் வாழ்வில் மலர்வாயா..?
சுவைக்க நாவானவள்
சுவையாக என் வாழ்வில் இருப்பாயா?
இதயத்தை நொறுக்கிய இரக்கமற்றவள்
நொறுக்காமல் என் வாழ்வில் நெருக்கமாக இரு அன்பே!
அருகையில் இருக்கையில் நிம்மதி தருபவள்!
அருகாமையில் இருக்கையில் துடிக்க வைப்பவள்!
அவளே என் அவள் என் மலரே,
மல்லிகை மலரைப் போல் என் இரவில் மலர்வாயா?
நாகை மலரைப் போல்
என் வாழ்வில் நகையாய் மலர்வாயா!
அத்தி மலரைப் போல்
எனக்கு புத்தியாக மலர்வாயா?
காகித மலரைப் போல்
என் காதலாக மலர்வாயா!
உதிரி மலரைப் போல் என் உதிரமாக மலர்வாயா?
ஊமத்தம் மலரைப் போல்
என் ஊக்கமாக மலர்வாயா!
செம்பருத்தி மலரைப் போல்
என் செம்மையாக மலர்வாயா?
முல்லை மலரைப் போல்
என் முத்தமாக மலர்வாயா!
பருத்தி மலரைப் போல்
என்முகத்தில் பருவாக மலர்வாயா?
சாமந்தி மலரைப் போல்

என் சாமத்தில் மலர்வாயா!
சங்கு மலரைப் போல்
என் சங்கீதமாக மலர்வாயா?
மா மலரைப் போல் என் மார்பில் மலர்வாயா!
வாழை மலரைப் போல்
என் வாழ்வாக மலர்வாயா?
கனகாமரம் மலரைப் போல்
என் கனவாக மலர்வாயா!
ரோஜா மலரை போல்
என் ரோமம்மாக மலர்வாயா?
திலகம் மலரைப் போல்
என் திலகமாக மலர்வாயா!
மருதம் மலரைப் போல்
என் மறுவாக மலர்வாயா?
புன்னை மலரைப் போல்
என் புன்னகையாக மலர்வாயா!
வகுளம் மலரைப் போல்
என் மகுடமாக மலர்வாயா?
தாழை மலரைப் போல்
என் தாளமாக மலர்வாயா!
வானி மலரைப் போல்
என் மேனியாக மலர்வாயா?
இவ்மலர்கள் அனைத்தும் மலருமா?
என் மலரும் நினைவில்!
இவ்மலர்கள் அனைத்தும் காதல் மாலையாக மலருமா?
என் மலரும் நினைவில்...!

ஜா.மிடோமிஅக்சல்

காதலின் ஏக்கம்

என் உதிரமே!
மேகம் மேகத்தை தூது விடலாம் என்றால்!
அதுகூட சலித்துக் கொள்கிறது.
எத்தனை பேருக்கு தூது செல்வதென்று!
தூதாக நீ வருவாயா?
என் அன்பே.
உண்ணை தொட்டு வரும் காற்றாவது
எனை தீண்டும் என்றால்!
அது கூட எதிர் திசையில் தான் அடிக்கிறது.
காற்றாக நீ வருவாயா?
என் அன்பே! நீயும் நிலவும் ஒன்றுதான்.
நிலாவின் ஒரு பக்கத்தை தான் பார்க்கிறேன்.
'ஆனால்' உன்னால் உன்னுடன்
இந்த உலகத்தையே பார்க்கிறேன்.
'உன்னை நான் அறிவேன்'
உண்மையை மறைக்க நீ ஊமையானால்,
உள்ளத்தின் வார்த்தைகளை
உன் விழிகள் சொல்லிவிடும்!
என் இதயம் உடலுக்கு வெளியே இருந்தாலாவது,
அது துடிக்கும் ஓசை
உனக்கு கேட்டுக் கொண்டே இருக்கும்.
"இதயமாக நீ இருப்பாயா?"
என் அன்பே உனக்காக,
உன்னை தொட்டுச் செல்லும்
காற்றைக் கூட சிறையில் இடுவேன்
அதற்கு உருவம் ஒன்று இருந்தால்!
அன்பே! இயற்கையை நேசி இதயம் சுத்தமாகும்
என்னை நேசி கவிதை கிடைக்கும்
உன்னை நேசி உண்மைகள் புரியும்

வாழ்க்கையை நேசி வானம் தெரியும்
நிலவை நேசி நினைவுகளோ இனிக்கும்
கதிரவனை நேசி விடியல் கிடைக்கும்
நாவை நேசி நல்ல வார்த்தைகள் பிறக்கும்
உழைப்பை நேசி உயர்வு நிச்சயம்
ஆனால் அன்பே! என்னை நேசித்தால்?
என் உயிர் உனக்கு நிச்சயம்
நிச்சயிப்பாயா ? எப்படி தாங்குவது
என் பின்னால் நிழல் கூட
என்னை இப்படி ஏசுகிறது என்று!
அதற்காக அந்த சூரியன் அஸ்தமிக்குமா?
கடல் அலைகள்,
ஏன் கரை அடைகிறது என்பது உனக்குத் தெரியுமா?
எனது காதலை உன்னிடம் சேர்ப்பதற்கு
ரசிகையே!.... பார்ப்பவர்கள் எல்லாம்
உன்னை ரசிக்கிறார்கள்!
ஆனால் உன்னிடம் அந்த ரசனையே இல்லை
இதைக்கண்டு மேகம் கூட அழுகிறது.
வாழ்வதற்கு துனிந்த நான்!
சாவதற்கும் துணிந்து உள்ளேன்!
சிலதை அடைந்தேன் பலதை இழந்தேன்
இதில் நீயும் ஒருத்தி
பூமி உள்ளவரை நம் சினேகம் அழியாது
என் உயிர் உள்ளவரை
என் நெஞ்சத்தில் நீ இருப்பாய்!
என் அன்பே! என் ஆருயிரே!

ஜா.மிடோமி அக்சல்

ஏதிலி

அகதிகள் அகராதியில்
அகதிக்கு பேரர்த்தம்
அம்மா அப்பா இருந்தனர் அன்று
அகதியென அடைமொழி இன்று
கற்பை விற்று கஞ்சி ஊத்தும்
தாய்மையின் கரங்கள் கண்டோம்
தொண்டை வற்றி கதறி அழும்
பிள்ளையின் ஓலங்கள் கேட்டோம்
பிறப்பும்,வளர்ப்பும் மாறுபட்ட ஒன்று,
பிறப்பில் தாயின் அடிமடியிலும்,
வளர்ப்பில் சாலையின் தெருக்கோடியிலும்,
சொந்தங்கள் யாவும் அனாதையாய் போக
அனாதைகள் நாங்கள் அகதியாய் மாற
அகதிகள் எல்லாம் சொந்தங்கள் ஆனோம்
கையில் குழந்தை, கறை படிந்த உடல்,
ஒட்டிய வயிறு
எங்கள் அடையாளம் என்றனர்
ஓயா சிந்தை, விடுதலைத் தேடல்,
ஒரே தேசம் எங்கள் அடையாளம் என்றோம்
தெருநாய்களின் இருப்பிடம்
அரசாங்க கம்பிகளுக்குள்ளேயாம்
எங்ககளின் இருப்பிடம்
வெயிலில் காயும் கந்தளுக்குள்ளேயாம்
தாய் மண்ணே விரட்டியடித்தும்
தூசியாய் பறக்கிறோம்
தூசிகள் துயில் கொள்ள வாழுமிடம் கேட்கிறோம்.

கா.செல்வக்குமார்

வரலாறு படை

பீடி கட்டிற்கும், மது குடுவைக்கும்,
மகுடி வாசித்து
மூடத்தனமாய் முடங்கிக் கிடந்த
காலங்கள் கரையட்டும்!
உடலிர்க்கும், உணர்விர்க்கும்
பசி எடுத்தால்
பா(வை)வப்பெண்ணாக பரிணமித்தது போதும்
இனியாவது அஞ்னிச்சிறகாய் அவதரி!
புகைப்படலம் சூடிய
அடுப்படி உன் அரண்மனை இல்லை!
ஊது குழல் உன் செங்கோல் இல்லை!
மடையர்களுக்கு மந்திரியாய் மாறடித்தது போதும்
சீறிட்டு சிங்கப்பெண் என்று சீருடை உடுத்து!
அடையாளம் தேடித்தேடி நீ
அனாதையாய் மாறி விடாதே
அடையாளம் நீ என அந்நியரை தேடவை!
உன்னைக் கேளி கிண்டல் செய்வோரை
கோடிட்டு ஒதுக்கி நீ கேளிச்சித்திரமாக்கிக் கொள்!
ஆணிற்கு பெண் சமம் என்ற
சலுகையை மாற்றி
பெண்ணிற்கு ஆண் சமம் என்ற
சரித்திரம் இயற்று வா
இனி ஒரு உலகம் செய்வோம்!

கா.செல்வக்குமார்

ஒரு மாலைப்பொழுது!

மலர்கள் சூடும் கொடியே
மன்னன் அவனை கண்டீரோ!
மாலையில் கூவும் குயிலே
அழைப்பு குரலை கேட்டீரோ!

ஏசிச் சென்ற பாதையில்
திரும்ப வந்து தேடுதே! - மனம்
பேசி சிரித்த வார்த்தைகள்
வருடி தந்து வாட்டுதே!

நன்னீர் வற்றிய சோலையில்
பூக்கள் குறுகி தேய்ந்ததாம்! - அன்பு
நாயகன் இன்றிய மாலையிலே
மனம் வருந்தி தவிப்பேனே

ரஞ்சனி பழனிசாமி

என்னை கவர்ந்தவள்

உன்னை பார்த்த முதல் நொடியில்
என்னையே மறந்தேன்,
கம்பன் எழுதாத காவியமே,
கவிதை வடிவின் ஓவியமே,
உன் கண்கள் தித்திக்கும் கற்கண்டு,
உன் முகம் முழு மதியின் பூச்செண்டு,
உன் இமையோ மயில் இறகு,
உலகில் நீ மட்டும் தான் என் அழகு,
பாசத்தில் நீ நிலவின் ஒளி,
கோபத்தில் நீ சூரிய சுடர் ஒளி,
நான் நீ இன்றி வாழ்வது சாத்தியமா,
உன் காதலைச் சொல்
நான் கவிதையாக ஆக்குகிறேன்

கவிஞர் ஜவகர்...

கேளா நெஞ்சம் பேசட்டும் தனியே !

வெளிச்ச வெளிப் பாதையின் ஊடே
வெளி வாரா நினைவுகள் பல!
வீக்கம் இருப்பின் விம்மலாம்,
விந்தை இருப்பின் ஏது சொல்ல?

ஆழ்மனதின் அழுக்குகளை அகற்ற
அலை தேவை, ஆள் அல்ல
ஆயிரம் ஆட்கள் வரினும்
அழுக்கே அதிகம், அழிய வழியேது!

திகைக்கும் திகட்டுகள் தந்த மணம்
தனியே தேவை திண்ண மனம்
தேடிப் பார்த்தேன் கனவுகள் அங்கே
தாண்டிப் போகவோ தடைகள் இங்கே

கீறல் பெற்ற கன்னி இதயம்
கீச்சிடும் சத்தம் இரவில் மட்டும்
கேட்கும் காதுகள் வேண்டாம் அறவே!
கேளா நெஞ்சம் பேசட்டும் தனியே

களிறின் மிதியாய் கரைந்த உள்ளம்
கரைய வழியில்லை, அக்கரை தேவையுமில்லை
நினைவுகள் வடிய வழி உண்டு,
ஆனால் வேண்டாம் !
நினைத்தால் வலியில் சுகம் உண்டு..

வீ. ஹேமவர்த்தினி

சொல்லிவிடவா?

எழுவேன் என்று எண்ணுகிறேன்
ஏற்றும் கைகளில் சொல்லிவிடவா
நான் மழலையல்ல என்று
வீழ்வேனா என்று வினவுகிறேன்
தூற்றும் கைகளில் சொல்லிவிடவா
நான் கோழையல்ல என்று
மாற்றம் கண்டிட விழைகிறேன்
மறுபடி மறுத்து சொல்லிடவா
நான் வீதிவிளக்கல்ல என்று
கருவறையில் பெண்மை என்கிறேன்
பூத்தவள் துணிந்து சொல்லிவிடவா
நான் தீட்டு அல்ல என்று
ஏன்வேலி என்று கேட்கிறேன்
எட்டி உதைத்து சொல்லிவிடவா
நான் முடமல்ல என்று
என் உரிமை என்கிறேன்
காது கிழிய சொல்லிவிடவா
நான் ஊமையல்ல என்று
கருவறையில் படிந்த கறையா!
புவியறை வந்த குறையா!
ஏன் தாகம் என்றிடவா
வான் புள்ளாய் வாழ்ந்திடவா
யான் மற்றும் என்றிடவா
யனைத்தும் சொல்லிவிடவா

க.திவ்யபாரதி

இயற்கையின் காதல்

காலையில் சூரியன் உதிக்கையில்
சந்திரன் வெட்கத்தில் ஒளிந்து கொண்டதோ!
காதலே வண்டுகளின் ரீங்காரம்
ஓசையில் கேட்டு மலர்கள்
மகிழ்ச்சியில் மலர்ந்ததோ!
காதலே விண்ணின் மழைதுளி
மண்ணில் விழுந்து,
முத்தங்கள் பதித்ததில்
மண் வாசனை வந்ததோ!
காதலே கடல் அலைகள்
ஆனந்தத்தில் கறையை தழுவி,
கொஞ்சி விளையாடியதோ!
காதலே இவற்றை ரசித்த
என் கண்கள் காதலில் மிகுந்து
இவ்வுலகை காதலிக்க தொடங்கியதோ!
காதலே இவ்வுலகை ரசிக்கும்
காதலன் இவை அனைத்தும்
என் இதயத்தில் இருந்து
வெளிப்பட்ட உணர்வு.

சந்தீப் கணேசன்

உயிரற்ற உணர்வுகள்

என் உடலுக்குள் ஒளிந்து கிடக்கும் இதயமே!
உன் கண் திறந்து என்னைப் பார்!
என் மனதின் உணர்வுகளுக்கு உயிர் கொடு!
இருளடைந்த வீட்டுக்குள் புது ஒளியைப் புகுத்திடு!

உன்னைத் தட்டி எழுப்பாத நாளில்லை!
உன் உறக்கம் கலைக்க ஏன் மறுக்கின்றாய்?
உன் உணர்வுகளுக்கு உயிர் கொடுக்க
வரும் போதெல்லாம் நீ கும்பகர்ணனாய் ஆகின்றாய்!

உன் வாக்கும் உண்மை தானே?
என் தவறுகளுக்கு பொறுப்பு நான் தானே?
இன்னொரு முறை கேட்கின்றேன்
என் உணர்வுகளுக்கு உயிர் கொடு
என் எண்ணங்களுக்கு வலு கொடு!
வென்றவனை பாராட்டு! தோற்றவனை தட்டிக்கொடு!
பொறாமையை பொட்டலம் கட்டு!
தலைக்கனத்தை தலையைச் சுற்றி எறி!
உண்மையை நேசி! பொய்மையை புறம் தள்ளு!
உதவும் மனம் படை!
சுயநலத்தை வேரறு!
இலக்கு வைத்திடு!
வாழ்வை வென்றிடு!
காதல் செய்திடு!
உன் மனதுக்கு சுதந்திரம் கொடு!
இத்தனையும் சொல்லிவிட்டேன்!
இனியும் மௌன நிலை செல்லாதே!
இனியாவது இனிமை பொங்கட்டும்
உன் வாழ்வினிலே!
இப்படிக்கு உன் இதயம்

கவிஞர்.வ.வரதராஜன்,

நட்புடன் காதல்

எங்கோ உருவாகி!
பள்ளியில் அறிமுகமாகி!
ஒரே வகுப்பில் உறவாகி!
மனதால் நட்பாகி!
இடைவேளையிலும் கைகோர்க்கும்
அன்பானது நம் நட்பு!
எனக்காய் நீ துடித்து
உனக்காய் நான் பேசிய காலங்கள் எண்ணிலடங்கா.
நான் நானாக இருக்க
நீ நட்பாக என்னுள் வர
நட்பு அன்பாக மாற
அன்பு காதலாக மாற
கண்ணெதிரே பார்த்துக் கொண்டும்
சொல்ல முடியாமல் தவிக்கிறேன்
என் காதல் நீயென.
முகம் பார்த்து கண்கள் பேசி கைகள் கோர்த்து
கானா தூரம் போனதெல்லாம்
மாயையாய் போனதடா
நட்பு அன்பாக மாறியதால்!
என் நட்பு காதலென
கடந்துவிட்டது என புரிந்தும்.

கண்ணில் காதலோடு பேச்சில் நட்போடு
நடைபயணம் போட்டுக் கொண்டிருக்கிறேன்
என்றாவது ஒரு நாள்
என் இதய துடிப்பு
உன் இதயத்திற்கும் புரியாதயென!

மு. மாரிச்செல்வி

நெஞ்சில் நின்ற உறவு

உன்னை நீண்ட காலம் தேடுகிறேன்
என்று மீண்டும் நிலவினைக் காண்பேன்
நாளும் நாளும் தேய்கிறேன்.

தூரம் போனாய் விட்டுப் போனாய்
மறந்து போனாயா கேட்கிறேன்
ஏங்கும் உள்ளம் வாடக் கண்டும்
இரக்கம் இல்லை ஏனடி.

தூங்கும் போதும் உனது
ஞாபகம் மறக்கவில்லை நானடி
பேயும் இரங்கும் பெண்ணுக்கு என்பார்
பெண்தான் இரங்காள் இப்போதும்.

எந்த நிலையில் என்னை மறந்தாய்
சொல்லடி சொல்லடி அதுபோதும்.

இதயம் இதயம் இணைந்த காதல்
நாளும் வளரும் தளராது!

உன் மேல் கொண்ட வானுயர் காதல்
எந்த நாளும் மாறாது!
மறந்து போவது,
பிரிந்து போவது,
பெண்ணுக்கு வேண்டின் இயல்பாகும்!

செத்தால் கூட மறக்காது காதல்
ஆண்களுக்கு அதுவே இயல்பாகும்.!
என்றும் வரலாம் என் முன்
நீயே எதிர்பார்த்துக் கிடப்பேன் கண்மணியே!

உன் தரிசனம் கூட தேவையில்லை
தவம் கிடக்கிறேன் உண்மையிலே!
வடக்கே போகும் வாடைக் காற்றே!
வசந்தமா அவள்? - அறிவாயா?

கொடுத்த நெஞ்சை திருப்பித் தரத்தான்
அவளிடம் அவளிடம் சொல்வாயா?
இணையத்திலாவது
இணைந்து கிடக்க தேவையில்லை

உன் எண்கள்! இதயத்திலாவது
உறைந்து கிடக்க வாயில் திறக்கட்டும்
உன் மனது. மறக்க முடியும்

ஒதுக்க முடியும் வெறுக்க முடியும் என்றாய் நீ
நினைத்துக் கொண்டே இன்னும் இருக்கிறோம்
என்ன ஆச்சு உனது பேச்சு
காதல் தானே நம் மூச்சு

ராஜ.கார்த்திக்

மீனவன்

நம்ம பெத்த தாய் வேற வேற தான்!
சொமக்கும் தாய் ஒன்னுதானு
ஏன் மறந்த சகோதரனே?

புள்ளகுட்டி மறந்து
சொந்தநிலம் தொறந்து
வாழ்க்கை பாதி மெதந்து
பயணம் செய்றோம் பரவையில!

நிலத்தை பிரிச்சி வேலி போட்டோம்
எல்ல தாண்ட கூடாதென?
நீர் பிரிச்சி வேலி செய்ய
விதியொன்ன காணலேயே?

மேல கிடக்க தக்கையோ
ஒருநாளு அங்குட்டுமா
மறுநாளு இங்குட்டுமா மாறுது
மனுச உயிரை எடுத்துடவே!

மக்க மனசு சேந்திருக்க
மன்னன் மனசு சேரலையோ?
உயிர்பலி தான் பாவமுனு
நீ கும்பிடும் சாமி சொல்லலையோ?

நாதியத்து கெடக்கையிலே
நாடு தாண்டி வாரோமுனு
நட்டநடு கடலுக்குள்ள
நாடியையும் நிறுத்துறீக!

நட்புறவா போகனுன்னு
நாசமா போன கவர்மெண்டு
நாடகந்தான் போட்டிடுது
நம்பவச்சி நம்பவச்சி
கழுத்தையுந்தான் அறுத்துடுது!

நல்லா இருப்பீக சாமியளா
நண்டு மீன நான் புடிக்க
வகையொன்னு செஞ்சிபுட்டு
என் வவுற நிறப்பிடுங்க
எல்லை மீறி வந்தா
என்ன மன்னிச்சி தான் விட்டுடுங்க!

கவிஞர் யாழி கபிலன்

மடல் ஒன்று மகனுக்கு

கண்ணின் மணியே ! கட்டிக்கரும்பே !
ஆனந்த பூங்காற்றை சுவாசிக்கும் சிறுமுகையே
பதின்பருவம் நிறைவுற்று,
காளைப் பருவத்தில் கால்பதிக்கும் கட்டழகே
உன்னை நினைக்கையிலே
ஊறிடும் நினைவுகளை
அன்னை உனக்காக
அளிக்கின்றேன் கேட்டிடுவாய்.
கண்ணுக்குள் உனை வைத்து
காத்ததெல்லாம் சிறுபிராயம்.
உயிருக்குள் எமை வைத்துப் போற்றுகின்றாய்
நீ இன்று.
ஆசானாய் நானிருந்து அரிச்சுவடி அறிவித்து,
உன் கரம் நான் பற்றி
பயிற்றுவித்த காலங்கள் என்றும்
என் நினைவில் மாறாத பச்சிலைகள்
மழலை மொழி கேட்டு
மகிழ்ந்திருந்த காலம் போய்,
மகன் உந்தன் மொழி கேட்டு
மகிழ்ச்சியில் திளைக்கின்றேன்
என்முன்னோன் நீ இன்று
ஆம் உலகத்து செய்திகளைப்
பிசகின்றி ஒவ்வொன்றாய்
உவப்போடு அளிக்கின்றாய்
ஆதலால் என்முன்னோன் நீ இன்று
காட்டாற்று வெள்ளம் போல்
கரைபுரண்டு ஓடுகின்ற எண்ணங்கள்
உன் மனதில் ஏராளம் உண்டு
கட்டி அணைபோடும்

பட்டுச் சிறுகயிறாய் பெற்றோர்
எம் சொற்கள் சில நேரம் அணைகட்டும்.
பட்டாம்பூச்சிக்கு பறக்கும் உரிமத்தை
வழங்கிடும் வழக்கம்
வையத்தில் உண்டோ?
இல்லை இல்லையென.
இளைஞர் பட்டாளம்
இணைந்திருந்து குரல் கொடுக்கும்.
இன்னும் நான் ஒன்றும்
இடுப்பின் பிள்ளையில்லை
எண்ணங்கள் எனக்குள்ளும்
வண்ணங்கள் வீசுதம்மா..
என்று உன் முகக்குறிப்பு
என்னைக் கட்டிப் போடும்...
எதார்த்தம் புரிந்துவிட
எண்ணம்போல் நீர் ப(சி)றக்க
கட்டுகள் தளர்ந்துவிடும்.
நட்பென்றால் உயிர் கொடுப்பாய்
தப்பென்றால் விலகிடுவாய்.
வெகுளி நீ கொண்டுவிட்டால்,
வேங்கை புலியாவாய்.
தொலைநோக்குப் பார்வை,
கொள்கைப் பிடிப்பு என்று
தலைமைப் பண்பின்
குணத்தன்மை கொண்டவன் நீ
வைத்த பெயர் விளங்கிட,
வையத்தோர் வாழ்ந்திட
நீ வாழ்வாங்கு வாழ்ந்திட
வாழ்த்துகின்றேன் கண்மணியே!

முனைவர் சு லட்சுமி

இதயத்தின் அழைப்பு

பலநாள் தவமிருந்து
உன்னை சந்திக்கும் சுகம் போல,
உன் அழைப்பு வந்ததும்
துள்ளி குதிக்குது இதயம்
அழைப்பது மணியல்ல என் இதய துடிப்பு!
இதய துடிப்பை
இயக்குவதும் அணைப்பதும்
உன் கையிலே
இப்படிக்கு உனக்காய் காத்திருக்கும்
உன்னிதயம்..!

கவிஞர் பாரதி பாஸ்கி

ஆரளவின்றே

வா! கடல் ஆழம் செல்வோம்!
காதல் செய்வோம்!
அங்கு மீன்களோடு
அன்பை தின்போம்!
பூஞ்சையிடமும் பாசியிடமும்
பயிற்சி கொள்வோம்!
ஒருங்குயிரி உறவுகளாய்
உணர்வை உமிழ்வோம்!
அன்பையே உணவாக்கி
ஊட்டி மகிழ்வோம்!
வா! கடல் ஆழம் செல்வோம்!

கதிர் கார்க்கி

இதயம்

குருதி பாயும் இதயத் தசைகளில்
எத்தனை காயங்கள் தான் இங்கே!
ஊஞ்சலாய் அங்கும் இங்கும்
ஊசலாடும் நினைவுகள் தான் எத்தனை!
வலிகளும் துரோகங்களும் கொடுத்திடும்
அனுபவத்தை எவ்வாறு நானும் தாங்குவேன்!
மானிடா உன்னோடு
நானும் சேர்ந்து இயங்கியே
ஈரமற்று தான் போகிறேன்!
அவமானங்களின் அடையாளங்கள்
மீட்டாமல் விடப்பட்ட
துருப்பிடித்த வீணைகள்!
மீண்டும் மீண்டும் துடித்துக் கொண்டே
நானும் அழுகிறேன்!
உள்ளுணர்வுகளை
ஊமையாக்கி வாழும் உன்னோடு!
உயிரில்லா பறவையாக
கரையினை கண்ட மீனாக
வெயிலிலே வாடிய கொடியாக
கொந்தளிக்காமலே
நானும் கோபத்தினை அடக்கி
வன்மங்களை குறைத்து
வாழ்க்கையின் வழி நிற்காமலே
நீள்கிறேன் பாதி அறுபட்ட கயிரென

காளிராஜ் பாலகணேஷ்

காதலனின் பிரிவு

காதலனே...
உந்தன் காதலால்
நான் கண்ணீரில்
சிறைப்பட்டுக் கிடக்கிறேன்
காதலித்தவளை மறக்க நினைத்த
நீ எப்படியெல்லாம் காதல் செய்தாய்
என்பதையும் மறந்துவிட்டாயே
நீ எனக்கு தாயில்லை
நீ எனக்கு நண்பனில்லை
நீ எனக்கு உறவில்லை
ஆனாலும் உன்னை மறக்கவும் முடியவில்லை
இது ஏன் என்று
எனக்கும் புரியவில்லை
என் இரவுகளோ
உன்னை கனவில் படம் காட்டுகிறது
உன்னை நினைத்து நித்தமும்
என் கண்களும் கலங்குகிறது
நான் இருக்கிறேன் என்று கூறி நீயே
என்னைத் உதறித் தள்ளிவிட்டாயே
ஆயிரம் உறவுகள் பக்கத்தில் இருந்தும்
அனாதையாய் இருக்கிறேன்
காதலனின் பிரிவினால்
பிரிந்து சென்ற உன்னை நினைத்து
கிறுக்கிக் கொண்டிருக்கிறேன்
கிறுக்கல்களில்
என் வலிகளையும் கோர்த்து.
என் கிறுக்கலும்
கவிதையாய் மாறி நிற்கிறது
உன்னை நினைத்து எழுதியதால்

பா. சுரேகா

கண்ணக்குழி

அதிகம் ஆழமில்லை,
ஆனாலும் விழுந்துவிட்டேன்,
உன் கண்ணக்குழியில்.
கண்ணின் கருவிழிகளில்
கலந்து கரைந்து விட்டேன்,
நம் காதலால்.
இமைகள் இரண்டும்
இமைக்காமல் இணைய,
இதயம் இடரி தவிக்கிறது.

மணம்

மணம் கொண்ட,
மணாளனை மணக்கவே ஆசை.
மல்லுக்கு நிற்கிறது,
மணாளனின் மனது,
எனதாவாயா என்னவனே.
நான் மணவறையில்
அமரும் முன்பே,
உன் மனஅறையில் அமர்ந்துவிட்டேன்.

பிரிவு

பிரிவுகளின் வலி பிறருக்கு தெரியாது.
நாணயத்தின் ஒரு பக்கம் நீ,
மறுபக்கம் நான்...
பிரிந்தே இருந்தாலும்,
என்றும் இணைந்தேயிருப்போம் இதயத்தால்...

நினைவலைகள்

நினைவென்னும்,
இதய சிறையில்
ஏங்கி தவித்தேன்.
என்றாவது உன்
இதய வாசல் திறவாதாயென்று.
மனசிறையில் மருங்கி நின்றேன்...
மனம் உவந்து ஏற்பாயாயென்று...
நொடிக்கு நொடி மூச்சுக்காற்று போல்,
என் இதயத்தை உரசி செல்கிறது
உன் நினைவலைகள்...
வலிகளை கடந்தால்
தானே வாழ முடியுமென்று...
நினைவலைகள் நிஜமானால்
நிதர்சனம் நிம்மதி இழந்துவிடும்...

மௌனம்

என்னுள் இருக்கும்
மௌனங்களுக்கும் வலிகளுக்கும்
உயிர் உண்டு...
மனதில் மறைக்கப்பட்ட
மௌனங்களுக்கும் உயிர் உண்டு...
அன்பின் ஆழத்தை அறிய
ஆராய்ச்சி தேவையில்லை...
நேசிபவர்களின் மனம்
அருகில் இருந்தாலே போதும்...

மாங்கல்யம்

மாங்கல்ய பந்தம்
மாலையிட்ட உறவு மகத்தானது
அது மகிழ்வோடு துணையானது!
அழகான வாழ்க்கை!
அன்பான உலகம்!
அன்போடும் அரவணைப்போடும்
ஆண்டாண்டு வாழ்ந்திடுக....

தாயின் தவிப்பு

முதியோர் இல்லத்திலிருந்து
மூதாட்டியின் குரல்
இறைவா வெள்ளந்தி மனக்காரன்
என் மகனை காத்தருள்வாயாக...

இசை

துன்ப துயரத்தில்,
துன்பத்திலும் துணையாய்...
இன்ப இனிமையில்,
இன்பத்திலும் இரட்டிப்பாய்...
சந்தோஷத்தில் சங்கீதமாய்...
கலைகளில் கருப்பொருளாய்...
எனது கண்ணீரில் அமைதியாய்...
புன்னகையில் பூரிப்பாய்...
இவ்வுலகில் என்னை புரிந்து கொண்ட
உணர்வே, என் இனிய இசையே...

த.திவ்யா

இப்படிக்கு உன் இதயம்

மாண்பு கொண்ட மானிடா
உன்(னில்) மதிப்பு மிக்க உறுப்பாம்
இதயம் பேசுகிறேன்.
மானிடா எப்போதும் நீ இறக்கம்,
இறை சிந்தனை கொண்டு
இன்முகத்துடன் இரு
உன் இதயமாகிய
நான் இன்னும் பலப்படுவேன்.
அதிகம் கோபம் கொள்ளாதே
அதனால் அல்லல் படப் போவது நான் தான்.
பிரச்சனையை எண்ணி கவலை கொள்ளாதே
அதனால் பாதிப்புக்கு உள்ளாவது நான் தான்.
எவர்க்கும் தீங்கு செய்யாதே
அத் தீங்கினால்
எதிர் வினைப்பட்டு பாதிப்புக்கு உள்ளாவது
நான் தான். ஆதலால்,
அனைவரிடத்தும் அன்புடன் பழகு
ஆசையை துறந்து நில்
இறக்க குணம் கொள் ஈகை நெஞ்சம் கொள்
உள்ளத் தூய்மை கொள் உணற்சி வயப்படாதே
ஊராரை மதித்து நட
எல்லோரிடத்தும் நேசம் கொள்
ஏற்றமான எண்ணம் கொள்
ஐயம் தவிர்த்து நில் ஒருமை கொள்
மனதை ஓம்கார பிரணவம் சொல்
அனுதினமும் இது போல் இருந்தால்
ஔடதம் அரவே தவிர்த்து
ஆரோக்கியமாக இருப்பேன் நான்.

அய்யனார் குருசாமி

நன்றிகள் உங்களுக்கு...

என்னைத தொகுப்பாளனாக வைத்து அழகு பார்க்கும் ஏலே பதிப்பகத்திற்கும் புக் பென்சர்ஸ் நிறுவனத்தார்க்கும் அணிந்துரை வழங்கிய இலக்கிய விமர்சகர் திரு து.பிரபாகரனுக்கும் கவிதைகளை ரசித்துக்கொண்டு மட்டும் இருந்த என்னை கவிதை என்ற பெயரில் கிறுக்கல்களை கிறுக்க வைத்து கவிஞனாக மாற்ற முயற்சித்துக் கொண்டு இருக்கும் என் முதல் வாசகிக்கும் இந்த தொகுப்பு நூலுக்கு நல்ல கவிதைகளை அளித்த கவிஞர்களுக்கும் என்னை உயிர்ப்போடு வைத்திருக்கும் என் இணையாளுக்கும் உதிரங்கள் ஆதி அவந்திக்கும் நன்றிகள்.....

தொகுப்பாசிரியர்
அ.சதிஸ்குமார்
உதவிப்பேராசிரியர்
ஸ்ரீமத் ஆண்டவன் கலை மற்றும் அறிவியல் கல்லூரி
திருச்சி

www.ingramcontent.com/pod-product-compliance
Lightning Source LLC
LaVergne TN
LVHW040743051026
849519LV00007BA/2429
* 9 7 8 9 3 5 5 3 3 1 7 1 7 *